கருத்த லெப்பை

நாவல்

கருத்த லெப்பை

நாவல்

கீரனூர் ஜாகிர்ராஜா

கருத்த லெப்பை
Karutha Lebbai © 2019 Keeranur Jakirraja

First Edition: 2005
First Edition by Ezutthu Prachuram: October 2019
(An imprint of Zero Degree Publishing)
ISBN: 978 93 88860 23 9
Title No. EP: 68

Zero Degree Publishing
No. 55(7), R Block, 6th Avenue,
Anna Nagar,
Chennai - 600 040

Website : www.zerodegreepublishing.com
E Mail   : zerodegreepublishing@gmail.com
Phone   : 98400 65000

Cover Art: Sowmya (Iyal)
Layout: Creative Studio

என் முன்னோடி
தோப்பில் முகமது மீரானுக்கு...

1

அந்தி வெயிலினூடாக வெள்ளம் சலனமின்றி ஓடிக்கொண்டிருந்தது. நாணல் புதருக்குள்ளிருந்து சலிப்பும் சங்கடமுமாய் எழுந்து சண்முகநதி என பெத்த பேரு கொண்ட ஆற்றில் கால் கழுவினான் கருத்தலெப்பை. ஆசனவாய் எரிச்சலில் சுருங்கிய முகம் நீரில் வலம் வந்த வாத்துக்கூட்டம் கண்டு சற்றே மலர்ந்தது. ரத்தமூலம் பரம்பரை வியாதியாகிவிட்டது. ஆஸ்பத்திரியில் கிடந்து அறுத்துக் கொள்ளவும் பயம். உறைப்புத் தின்னாமல் நாக்கை அடக்கவும் முடியவில்லை. 'என்ன எழுவுடா இது' என்று முனங்கியவாறு மேடு ஏறினான். நவாமரம் சதா பழங்களை உதிர்த்துக் கொண்டிருக்க, கொடிக்கால் மாமுவின் ஞாபகம் குபுக்கென்று பொங்கும் ஊற்றுத் தண்ணீர் போல வந்தது. எட்டிப் பார்த்தான்; கொடிக்காலுக்கு வெளியில் வந்து மாமு ஏதேனுமொரு வரப்பு மேட்டில் உட்கார்ந்திருக்கிறாரா என்று. திரும்பி ஆறோடும் அழகைப் பார்த்தான். பாலம் கட்டுவதற்கான ஏற்பாடுகள் தீவிரப் பட்டிருப்பது போலத் தோன்றியது.

இந்தப் பாலத்தை மட்டும் கட்டிவிட்டால் அக்கடா என்றிருக்கும். மேல்கரைப்பட்டி, பெரிச்சிபாளையம், அலங்கியம், தாராபுரம் போக வசதியாக இருக்கும். கோரிக்கடவு, மானூர் வழியாக பழநிக்கும் போய் வரலாம். வாரம் ஒருமுறை நரிக்கல்பட்டி சந்தைக்குப்போக ஆறு தாண்டி, மேடேறி நால்ரோட்டுக்கு நடக்க வேண்டியிருக்காது. ஆனாலும் என்ன சில்லென்ற நீரில் தொடை வரைக்கும் கைலியைத் தூக்கிக்கொண்டு மேடேறிப் போகின்ற சுகம் பாலத்தில் கால் பதித்து நடக்கையில் கிடைத்து விடுமா. கருத்தலெப்பை மைனர் பீடி ஒன்றைப் பற்ற வைத்து குபுகுபுவெனப் புகை விட்டான். தெற்கும் வடக்கும் பார்க்க வயல்வெளி பசேலென்று இருந்தது. இந்த வருடம் நல்ல மழை பெய்து ஓய்ந்திருக்கிறது. கொக்குகளின் கும்மாளத்துக்குக் கேட்கவா வேண்டும்.

குத்பா பள்ளியைப் பார்த்தவாறு நடந்தான். வாகை மரம் சூழலை வியாபித்து கம்பீரமாக நின்றது. வருடத்துக்கு இரண்டுதடவை அம்பா அவனை இங்கு அழைத்து வருவார். ரம்ஜானுக்கும் பக்ரீத்துக்கும் குத்பா தொழுகை முடித்து இளநீ வாங்கி கட்டிக்கொண்டு வீட்டுக்குப் போனால் அம்மா ஆரத்தித் தட்டுடன் வாசலில் நிற்பாள். எல்லாம் பிள்ளைப் பருவத்தின் ரம்மியங்கள். இப்போது சிலவற்றில் ஈர்ப்பு போய்விட்டது. சிலவற்றில் பிடிப்பு ஏற்பட்டிருக்கிறது. ஆனால் நாள் தவறாமல் ஆற்றுக்கு வந்து போகிறான். இருபது வயதைக் கடந்த பிறகும் ஆறு குறித்த பற்றும் பயமும் இரண்டறக் கலந்திருக்கிறது. பாலம் கட்டுவதற்குள் ஆறு இரட்டைப் பலி கேட்டு வாங்கி விடுமென்று அம்மா சொல்லியிருக்கிறாள். அப்பங்கஜத்தில் குளித்துக் கொண்டிருந்த பாண்டியம்மா திடீரென மூழ்கிச் செத்துப்போனதில் தொடங்கிய பீதி, ஊர்ச் சில்வண்டுகளையும் இளந்தாரிகளையும் கூட தொற்றிக் கொண்டிருக்கிறது.

இரண்டாவது பலி; ஆற்றுக்கு அடிக்கடி வந்துபோகும் தானாகக்கூட இருக்கலாம் என்று கருத்தலெப்பை நினைத்துக் கொள்வான். அப்படி திடீரென ஆற்றோடு போக நேர்ந்தால் பித்து லெப்பைக் கொட்டத்தில் சிக்கிச் சீரழிகின்ற அக்கா ருக்கையாவை யார் மீட்டெடுப்பது. எச்சரிக்கை உணர்வைத் தருவித்துக்கொண்டு கனன்று கொண்டிருந்த பீடியைச் சுண்டி எறிந்தான்.

குருகுலத்துப் பக்கம் வந்தபோது எரிச்சல் தானாகவே அடங்கியிருந்தது. பழநி மலையப்பசாமி வைத்திய சாலைக்குப் போனால் கருணைக்கிழங்கு லேகியம் வாங்கலாம். மூலம் முற்றிவிட்டால் நல்லதில்லை. இந்த வியாதியால் சந்தாக்கு ஏறிய வகையறாக்காரர்களை வரிசைப்படுத்தலாம். ரத்தக்கறை படிந்த வேட்டியுடன் வீதியில் நடந்து போகிற அம்பாவைப் போல தன்னால் இதைக் கண்டுகொள்ளாமல் இருக்க முடியாது. இதோ வாய்க்காலை ஒட்டினாற்போலவே அத்திமரம் நிற்கிறது. சிவந்த பழங்கள் சிதறிக் கிடக்கின்றன. நண்ணி இந்த அத்தியைத்தான் எடுத்து தின்னச் சொல்கிறாள். அதற்கும் ஒரு சோம்பல். அத்தி ரத்தப்போக்கை நிறுத்தி விடும் என்பது போன்ற நண்ணியின் குறிப்புகள் ஊருக்குள் பிரபலம். அவள் எந்த நோவுக்கும் செய்வது குரான் வைத்தியம்.

ரைஸ்மில்லில் அரவை நடந்து கொண்டிருக்கிறது. அந்த சப்தம் இவன் காதுகளில் நாராசமாக ஒலித்தது. சாய்ந்த தென்னை மரங்களைக் கடந்துவிட்டோமா என்று திரும்பிப் பார்த்துக் கொண்டான். பைசா நகரத்து கோபுரம் மாதிரி ஊராருக்கு இது ஒரு அதிசயம். கருத்த லெப்பைக்குத்தான் இது எவன் தலையில் விழப்போகிறதோ என்ற பயம். அந்த இடத்தை ஓட்ட மும் நடையுமாகக் கடந்து விடுவான். மறுமையில் சிராத்துல் முஸ்தகீம் பாலத்தை மின்னல் வேகத்தில் கடந்து விடத்

துடிக்கிற பரபரப்பு அவன் மனத்தில் அப்போது இருக்கும். சுடுகாடு கருவமுள் மரங்கள் சூழ அவலச் சுவையைத் தந்தது. கச்சேரியில் நல்ல கூட்டம். கள்ளச் சாராயப் பேர்வழி ஒருவனை ஏட்டய்யா கவனித்துக் கொண்டிருந்தார். பஸ் நிறுத்தத்தில் அப்படி ஒன்றும் பரபரப்பைக்காணோம். அஞ்சாம் நம்பர் சற்றுமுன்பு வந்து போன தடயமிருந்தது. பகல் மெல்ல மங்கத் தொடங்கியது. கூடாரத்தில் போர்ட்டர் குத்புதீன் இருமிக்கொண்டிருந்தார். மனதுக்குள் இவனுக்கு வன்மம் பொங்கியது.

மஃரிபுக்கு பாங்கு சொல்லும் நேரம் வீட்டில் இல்லாது போனால் அம்மா திட்டித் தீர்த்து விடுவாள். நடையைத் துரிதப்படுத்தினான். தபால் ஆபீஸ் சந்திலுள்ள காக்கப்பா வீட்டுச் சுவரில் ஒருவன் அடுப்புக்கரியால் எதையோ எழுதிவிட்டு வேகமாக ஓடி மறைவதைக் கண்டுகொண்டான். மெனக்கெட்டு நடந்துபோய் வாசித்தான். ராவுத்தர் ஒழிக! லெப்பை வாழ்க!

2

வீட்டு வேம்பின் கிளைமீது மைனா ஒன்று அலகு தீட்டிக் கொண்டிருந்ததைப் பார்க்க பாவமாயிருந்தது இவனுக்கு. கண்கள் இவனுடைய வளர்ப்புப் பிராணியைத் தேடியலைந்தன. எங்கே போயிருக்கும். மூக்கு முருங்கை மரத்தடியா பஸ் நிலையமா கடைவீதியா பொதுச்சாவடியா எங்கேயிருந்தாலும் காலைச் சுற்றி வந்து ஒரு மியாவ் போட்டு அன்னாந்து பார்க்குமே... ஹிட்லர்... சன்னமாகக் குரல் கொடுத்து அதன் சுவாசம் காற்றில் கலந்திருக்கிறதாவென மூச்சிழுத்துப் பார்த்தான். அம்மா ஆணத்துக்காக கருவாடு கழுவிக் கொண்டிருந்தாள். அயில மீன் கருவாடு வாசனைக்காக பாய்ந்தோடி வந்து நின்றிருக்க வேண்டுமே. காணவில்லை. ஹிட்லர்... மீண்டும் உரத்த குரலெடுத்தான். "ம்க்கும் வீட்டுக்குள்ள நொழையும் போதே சனியனத் தேடிக்கிட்டு வாடா. பூன வளத்துறானாம் பூன. பூனையா அது புலி மாதிரி வீட்டுக்குள்ள சுத்துது. பேரு வேற இட்லரு. இபுலீஸ்னு வச்சிருக்கலாம்." அம்மா இரைந்தாள். "ஹிட்லர் வேற, இபுலீஸ் வேற இல்லேம்மா; ரெண்டும் ஒண்ணுதான்." இவன் சிரித்துக் கொண்டே சொன்னதை பாத்துமாவால் புரிந்து கொள்ள முடியவில்லை. "ஊருக்குள்ள எவளும் சாவக் கோழி நேர்ந்து விட வழியில்ல. ஓம் பூன முழுங்கிட்டு வந்துருது. எல்லா முண்டையிம் பய்யனும் என்ட வர்றாங்க சண்டைக்கி."

"நேர்ச்ச கோழிங்களா புடிச்சி திங்கிதாம்மா"

"ஓனக்கு நக்கல் மசுறு. அலமாரியில என்னத்தடா வச்சிருக்கே. வீடே கட்டெறும்பும் சித்தெறும்புமா மொய்க்கிது. ரவ்வுல தூங்கித் தொலைக்க முடியல. அந்த அமீது எதையாவது செஞ்சு குடுக்கறான்டு கொண்டுட்டு வந்து வீட்ல வக்கிரியா. இன்னமும் இஸ்கூலுக்குப் போற புள்ளையாட்டம் முட்டாயி வாங்கிக்கிட்டு அலையேறங் கரும்.... உருவமாச் செய்யிறத வாங்கிட்டு வர்றியே. உருவம் நமக்கு ஆகுமாடா"

10

பாத்துமாவுக்கு பேசிவிட்டு மூச்சு வாங்கியது.

"நீயும் நானுங்கூட உருவம் தானேம்மா..." கருத்தலெப்பை இதை வினயமாகத்தான் கேட்டான்.

"இப்படி எகத்தாளமாப் பேசியே வீணாப் போ. லெவப்புள்ளையாய் பொறந்துட்டு தலைக்கி ஒரு தொப்பிய வச்சமா; பள்ளிவாசலுக்குப் போனமா; பாத்திஹா மௌலீது ஓதுறவங்களோட சேந்து நாலு காசு வாங்குனமாண்டு இல்லாம அலையிறாண்டா தெருத்தெருவா ஊர் சுத்திக் கழுதையாட்டம். வயசாச்சு இருவதுக்கு மேல.."

"வயசுக்கும் புத்திக்கும் சம்பந்தமில்லேம்மா..."

"தோறு. கண்டதப் படிச்சிட்டு நாயம் மசுறு பேசாத. ரெண்டு பொட்டி நெறஞ்சு பொஸ்தகமாக் கெடக்குது. எடத்தக் காலி பண்ணு. இல்லேண்டா கடையில நிறுத்துப் போட்டு காயி கப்பு வாங்கிருவேங்..." பாத்துமாவின் கோபத்தைக் கலைக்கும் பொருட்டு பேச்சை திசை திரும்பினான் கருத்தலெப்பை.

"அம்பா எங்கேம்மா ஆளையே காணோம்."

"பெத்தவரு நெனப்பும் வருமா ஒனக்கு. அவரு பொழப்ப பாக்க வேண்டாமா. ராவுத்தர் கம்பெனிக்கி ஆள் எடுக்கறாங்கண்டு மொதலாளிமாரப் பாக்கப் போயிருக்காரு..."

"ராவுத்தர் கம்பெனிக்கா..."

"ஆமா..." பாத்துமா அழுத்தமாகச் சொன்னாள்.

"என்ன எடுபுடி வேலைக்கா?" கிண்டல் தொனித்தது அவனிடம்.

"அதெல்லாமில்ல. மனுஷனுக்கென்ன எழுதப்படிக்கவா தெரியாது. கணக்குப்புள்ள வேலை போட்டுக் குடுப்பாங்க. ஒன்னையுந்தே பத்தாப்பு வரைக்கிம் படிக்க வச்சாரு. ஒழுங்காப்போயி மொதலாளிமாருக்கு சலாம் சொல்லி நின்டேன்னா; எழுதக் கொள்ள வேலைக்கி வச்சுக்குவாங்க. ரெண்டு பேருமாச் சேந்து எரநூறு முன்னூறு அனுப்பனீங்கன்னா எம்பொழப்பு அல்ஹம்துலில்லா. நா கை நோக இடுப்பு வலிக்க, முறுக்குப் புழிய வேண்டிய அவசியமில்லைல்ல..."

பாத்துமா கருவாட்டு ஆணத்தைக் கிண்டிவிட்டுக் கொஞ்சமாக அகப்பையிலிருந்து உள்ளங்கையில் ஊற்றி நக்கி ருசி பார்த்தாள். ஆணத்தின் மணம் காட்டுப் பூவின் வாசம்போல வீடே பரவியிருந்தது.

"நீ நெனைக்கிறமாதிரி ராவுத்தன் கம்பெனியில எழுத்து வேலையெல்லாம் குடுக்க மாட்டாங்க." கருத்தலெப்பையின் குரலில் உறுதியும் உளைச்சலும்

இருந்தது. "பின்ன என்ன கூட்டித் தொடைக்கவா வச்சுக்குவாங்க" பாத்துமா அலட்சியமாகக் கேட்டாள்.

"இருக்கலாம்" இதையும் தீர்க்கமாகச் சொல்லிவிட்டு அம்மாவின் கண்களை ஊடுருவினான். பாத்துமா இதற்கு மேலும் மகனுடன் வாதம் புரியத் தயாராக இல்லாதது போல பாயை விரித்து சோறு எடுத்து வைக்கத் தொடங்கினாள். குனிந்து பீங்கான் கழுவியபோது அம்மாவின் பருத்த பிருஷ்டங்கள் கருத்த லெப்பையை சங்கடப்படுத்தியது. அம்பா அம்மாவை அடிக்கடி பிருஷ்டத்தில் தட்டுவார். அது ஒரு சமிக்ஞையுயும்கூட. இவனுக்குத் தெரியும்.

"கறி வாங்கலியாம்மா.." சோற்றைப் பிசைந்து கொண்டே கேட்டான். "பச்சக்கிளி கடைக்கி ஆள் விட்டேன்... இன்னக்கி அறுத்தது கெழட்டு மாடு. முத்தின கறின்டு திருப்பி அனுப்பிட்டாரு. செவ்வாக்கெழம எளங்கன்னுக்குட்டியாப் போடுவாராம். அப்ப வாங்கிக்கலாம்னு இருந்துட்டேங்..."

"இந்த கருவாட்டப் பொறிச்சுருக்கலாம். ஆணத்துல போட்டு நல்லாவே இல்ல. தொட்டுக்க உப்புக் கண்டமாவது பொறிச்சிருக்கலாம். சோறு எறங்க மாட்டேங்கிது." கையை வேகமாகக் கழுவி எழுந்தான். அதில் லேசான பதற்றமிருந்தது.

"அனீபா மிச்சக் கறி கொண்டு வருவான்ல வாங்கிருக்க வேண்டியதான்."

"என்ன ஆட்டுக் கறியா..."

பாத்துமா திகைத்துப் போய் கேட்டாள்.

"ஆமா. மாட்டுக்கறி திங்கிற லெவப்பயல்னு சாவடியில மானங்கெடப் பேசுறானுங்க. நாம நின்டு நாயம் பேசுனா ஓடம்பு நாறுதுன்டு நாலு எட்டுத் தள்ளி நிக்கிறானுங்க..."

"ஆட்டுக்கறி திங்கிறதால இது மாறவா போகுது. இது ஆதி பஸ்டுல இருந்து நடக்கற சங்கதி. ஒனக்கு எள ரத்தம். பொசுக்குன கோவம் வருது. நாங்க கால காலமாப் பழகிப் போயிட்டம்."

"பச்சக்கிளி கடைக்கி மாட்டுக்கறி வாங்க மட்டும் இனி என்னை அனுப்பாத. முக்குல நாலு பேரு நின்டு பாத்து நக்கல் பண்றானுங்க..."

"அடேய்... அவங்க கேலி பேசறது ஒண்ணும் புதுசு இல்ல. அதுக்காக நாம நம்ம பழக்கத்த மாத்திக்க முடியாது."

"ஏங்... லெவைவன்னா மாட்டுக்கறி திங்கனும்னு என்ன சட்டமா..."

"அடப்போடா ஒங்கூட வாதம் பண்ண எனக்கு நேரமில்ல. நாம

போயி முறுக்குப் புழியணும்." பதிலுக்கு காத்திருக்காமல் பாத்துமா எழுந்து போனாள்.

அம்மா முறுக்குப் பிழியத் தொடங்கியதிலிருந்துதான் வீட்டில் மூன்று நேரம் சோற்றுப் பாய் விரிகிறது. கருத்த லெப்பை இதை உணர்ந்திருந்தான். ராவுத்தம்மார் வீடுகளுக்கு ஒப்பந்தத்தின் பெயரில் பாத்துமா முறுக்கு தயாரித்துக் கொடுக்கிறாள். அங்கிருந்து வருகின்ற பித்தளை அண்டா நிரம்பினால் ஆயிரம் முறுக்கு என்று கணக்கு. எண்ணிக்கை யெல்லாம் கிடையாது. அத்தனை கறாரான வியாபாரம் முதலாளிமார்களிடம் எடுபடாது. எப்போதும் அண்டாக்கள் ததும்பி வழிகிறாற்போல முறுக்குகளை வைத்து அனுப்புவதுதான் பாத்துமாவின் வழக்கம். ஒருமுறை அண்டா நிரப்புகிற வேலையை கருத்தலெப்பையிடம் ஒப்படைத்துவிட்டு பாத்துமா அடுப்பு வேலையில் மூழ்கிவிட்டாள்.

பழங்குகை ஒன்றின் வாய்போலத் திறந்திருந்த அண்டாவை வெறுப்புடன் பார்த்த இவன், குவிந்திருந்த முறுக்குகளில் கை வைத்து ஒண்ணு ரெண்டு மூணு என்று எண்ணி வைக்கத்தொடங்கினான். அண்டா நிறைந்தபோது ஆயிரத்து எழுபது எண்ணியிருந்தான். ஒவ்வொரு அண்டாவுக்கும் எழுபது முறுக்குகள் அதிகம் போகின்றன என்று இவன் லாப நஷ்டக் கணக்கு சொன்னபோது பாத்துமா பாய்ந்து விட்டாள். இனிமேல் முறுக்கு விஷயத்தில் தலையிட வேண்டாமென முடிவாகச் சொல்லிவிட்டாள்.

ஆனாலும் பாத்துமா புதிய கோரைப் பாய்கள் விரித்து, தும்பைப் பூப்போல துவைத்த போர்வையைக் கிடத்தி கழுவிச் சுத்தம் செய்து கொண்ட கைகளால் முறுக்குப் பிழிவதை கருத்தலெப்பை ஆர்வத்துடன் கவனிப்பான். அவளது விரல்களின் லாவகத்தில் ஒவ்வொரு முறுக்கு வளையமும் சித்திரமாகி விடுகிறது. அந்த நேரத்தில் அம்மாவைப் பார்க்க எண்ணற்ற கனவுகளை நெய்து கொண்டிருப்பவளாகத் தோன்றும் இவனுக்கு. முறுக்குப் பிழிந்தபிறகு அந்த செய்நேர்த்தியை எட்ட நின்று கவனிக்கச் சுகமாயிருக்கும். குடியானப் பெண்டுகளின் மார்கழிக் கோலம் போல இதைக் கற்பனை செய்துகொள்ளவும் கருத்தலெப்பைக்குப் பிடிக்கும்.

பாத்துமாவுக்கும் ராவுத்தம்மார் வீடுகளுக்கும் இதுபோன்ற கொடுக்கல் வாங்கல் இருந்தபடியால் பொதுவாக ஊருக்குள்ளிருந்த ராவுத்தர் லெப்பை இடைவெளி இந்த வீட்டைப் பொறுத்தமட்டிலும் குறைவுதான். கருத்தலெப்பையின் அம்பா அந்த வீடுகளில் ஓதிக்கொடுத்து வரும் வருவாயைப் பெற்றுக் கொள்கிறார். எகிறிக் கொண்டிருக்கிற கருத்த லெப்பை மட்டும்தான் அவர்களுக்கு மடியில் கட்டி வைத்த நெருப்பு மாதிரி.

முக்கு முருங்கை மரத்தின் கீழ் நின்று அவன் யோசிக்கையில் சரசரவென வெண்ணிறப்பூக்கள் உடல் தழுவிக் காலடியில் வீழ்ந்தன. வழக்கமாகப் பழுப்பு இலைகளே உதிர்வதுண்டு. ஒரு கணம் சந்தோஷமடைந்தான். வானத்திலிருந்து தேவர்கள் பூமாரிப் பொழிந்தனரென்று படித்திருக்கிறான். பார்த்ததில்லை. எல்லாம் சோமபான சுராபானத்தின் போதை உச்சத்துக்கேறிப் பிதற்றியவை என்று சாம்பான் மடம் பாவா சொல்லக் கேட்டிருக்கிறான். கற்பனை என்றாலும் சுகம் உண்டு பாவா... இவன் சொன்னதைக் கேட்டு மெலிதாகச் சிரித்துக்கொண்டே பாவா, 'கற்பனை எப்பவும் சுகம்தான்' என்றிருக்கிறார்.

3

முக்கு முருங்கைக்கு வயது நிறைய இருக்கலாம். முருங்கையின் ஆயுள் தெரியாது அவனுக்கு. ஆனாலும் இதன் உயரத்தைப் பலரும் பல நாட்கள் அளந்து சொல்லியிருக்கிறார்கள். உச்சாணிக் கொம்பில் முற்றிக் கொழுத்த காய்களை காக்கப்பா ராவுத்தர் வீட்டுச் சல்லை கொண்டு பறிக்க முயற்சி நடந்திருக்கிறது சல்லை இருபத்தைந்து அடி. அதையும் தாண்டித்தான் முக்கு முருங்கை வளர்ந்து நிற்கிறது. உத்தேசமாக முப்பது அடி இருக்கலாம்.

முக்கு முருங்கை மதரஸா பாடசாலைக்குச் சொந்தமானது. மதரஸா சுன்னத் ஜமாஅத் பள்ளிவாசலுக்கு உரிமைப்பட்டது. ஆனாலும் பூப்பும் காய்ப்பும் பொதுப்புழுக்கத்துக்குத்தான். முதலாளிமார்களாகிய ராவுத்தர் வீடுகளில் பருப்பு ஆனத்தில் எப்போதேனும் முருங்கை தென்படுவதுண்டு. எலும்பும் கறியுமாகச் சுவைக்கிற வாய்களுக்கு முருங்கையைச் சாப்பிட மனமிருக்காது.

முக்கு முருங்கை சந்தர்ப்பத்துக்கேற்றாற்போல பலருக்கும் போதி மரமாகியிருக்கிறது. வீட்டில் சண்டை சச்சரவு என்றால் எவரும் தஞ்சமடைவது இந்த முக்கு முருங்கை மரத்தடிதான். மிக வசதியாக கீழே நீள நீளமான சலவைக் கற்கள். அருகில் ஒரு கட்டாந்தரை. உட்கார்ந்தும் படுத்தவாறும் சிந்திப்பவர்களின் மன ஓட்டத்துக்குத் தகுந்த மாதிரி முருங்கை மரம் இலைகளையும், பூக்களையும் உதிர்க்கிறது. பூ உதிர்ந்தால் காரிய சித்தி என்றும் பழுப்பு இலை உதிர்ந்தால் தடையும் தாமதமும் என்றும் ஒரு நம்பிக்கை குறிப்பிட்ட காலம்வரை புழங்கி வந்திருக்கிறது. சண்டை சச்சரவுக்குப் பிறகு கோபத்தில் வெளியேறிய ஆணைத் தேடி வரும் பெண்ணோ, பெண்ணைத் தேடிவரும் ஆணோ, வேதாளம் முருங்கை மரத்தடியில் தான் இருக்கும் என்று முக்கு வந்து சேருவார்கள். பலவிதமான சமாதானங்கள், வாக்குறுதிகள் அல்லா

மீதும் குரான் மீதும் சத்தியங்கள் பெற்றுக்கொண்ட பிறகுதான் அனேக வேதாளங்கள் கீழிறங்க சம்மதிக்கும்.

கடைசிவரை கீழே இறங்காத வேதாளம் ஒன்றும் இருக்கிறது. மிட்டாய் அமீது. மனைவியுடன் பிணக்காகி மரத்தடியில் வந்தவர்தான் வருஷக் கணக்கில் உட்கார்ந்திருக்கிறார். அவருக்கென்று மரத்தடியில் ஒரு தாழ்வாரமிருக்கிறது. மழையோ வெயிலோ மனிதர் அதில் ஒண்டிக்கொள்வார். குளத்திலே கழிப்பும் குளிப்பும். ஆகாரம் கவுண்டர் கிளப்பில். அவ்வப்போது விசேஷ வீட்டுச் சாப்பாடுகள். மரத்தடியில் ஐவ்வு மிட்டாய் தயாரித்து ஐந்தடி கொம்பில் உருண்டை பிடித்துக் கொண்டு ஊரை வலம் வருவார். அவர் கை வண்ணத்தில் விதம்விதமான விலங்குகள் பூச்சிகள் வாகனங்கள் சாதனங்கள். ஒரு தேர்ந்த தூரிகையாளனைப் போல வழவழப்பான மிட்டாயை இழுத்திழுத்து சிருஷ்டிக்கிற ரூபங்களில் சொக்கிப் போகாதவர் எவருமில்லை. அவர் ஐவ்வு மிட்டாயில் கடிகாரம் கட்டிவிட்டால் அது காலங்களை உருட்டித் தள்ளும். விரலுக்கு மோதிரம் சுற்றினால் அது கணையாழியாகி பல மாயக் கதவுகளைத் திறந்து வைக்கும். யாருக்கும் தின்று தீர்க்க மனம் வராது.

கருத்தலெப்பை நினைத்துக் கொள்வான். இந்த மனிதன் ஓவியனாகியிருக்கவேண்டியவனோ. இவன் கைத்திறன் வீணாகிப் போவதென்ன விதிப் பலனா. நீலவானம் அந்திவானம் இரண்டும் குழைத்துக் கையில் வைத்திருக்கிறார் அமீது. அதைத் தன் எண்ணம் போல உருட்டுகிறார். மிட்டாய் என்ற வார்த்தையை ஒடித்து உச்சரிக்கும் போது தேன் வந்து பாய்வதைப் போலிருக்கும்.

எல்லோரும் ஏதேதோ செய்து தரக் கேட்க, குழந்தையாக வலம் வந்து கருத்தலெப்பை அமீதுவிடம் கேட்டது பாம்பும் தேளும்தான்.

அமீது இவனை வித்தியாசமாகப் பார்ப்பார். மற்ற பிள்ளைகளுக்கு கடிகாரமும் மோதிரமும் போதுமானது. கருத்தலெப்பை ஒருமுறை சைத்தானைச் செய்து தரக்கேட்க, அமீது அதிர்ந்துதான் போய்விட்டார். சைத்தானுக்கு உருவம் தர அவர் நிறைய பிரயத்தனப்பட வேண்டியிருந்தது. ஒவ்வொரு தடவையும் ஒருமாதிரி செய்து அதைக் கலைத்துக் குலைத்து கருப்பு வெள்ளை வண்ணத்தில் கடைசியாக உருக்கொண்ட சைத்தானைப் பார்த்து, அமீதுவே பயந்துதான் போனார்.

4

பாராளுமன்றத்துக்கு நடப்பதைப் போல பள்ளிவாசல் மகாசபைக்கு தேர்தல் நடந்து முடிந்தது. உறுப்பினர்களில் ராவுத்தம்மார் அதிகம்பேர் இருந்தபடியால் மகாசபை நிர்வாகத்துக்கு லெப்பைகள் எவரும் ஜெயிக்க முடியாமல் போனது. கடந்த வருஷம் வரை லெப்பைகள் எவரும் நிர்வாகத்துக்குப் போட்டியிட்டதும் கூட இல்லை. இந்த முறை நூர்முஹம்மது லெப்பை காரியதரிசி பொறுப்புக்கு போட்டியிடப் போவதாகத் துணிச்சலுடன் சொல்லிவிட்டுக் காரியத்திலும் இறங்கினார். உறுப்பினர்களில் கால்வாசியே உள்ள லெப்பைகள் ஓட்டுப் போட்டாலும் நூர் முஹம்மது லெப்பை ஜெயிக்க முடியாது. இது எல்லோருக்கும் தெரிந்த சங்கதி. ஆனாலும் ராவுத்தரை எதிர்த்துப் போட்டியிட்டோம் என்பதே நூர் லெப்பைக்கு பெரிய விஷயம்தான். பாதி லெப்பைகளை விலைக்கு வாங்கிய ராவுத்தம்மார்களால் உணர்வுள்ள ஒன்பது லெப்பைகளை ஒன்றுமே செய்ய முடியவில்லை. நூர் லெப்பை ஒன்பது ஓட்டுப் பெற்றார். எப்போதும் போட்டியில்லாமலேயே ஜெயித்துப் பழகிய ராவுத்தம்மார்களுக்கு நூர்லெப்பை முதன்முதலாக கோதாவில் இறங்கியதும், ஒன்பது ஓட்டுகள் பெற்றதும் கௌரவக் குறைச்சலாகிவிட்டது. லெப்பைகளுக்கு இது ஒரு நல்ல தொடக்கமாக இருந்து விடக்கூடாது அடுத்த வருஷம் இதுதான் சாக்கு என்று எல்லா பொறுப்புக்கும் போட்டி போடுவார்கள். உணர்வுள்ள ஒன்பது பேர் எண்ணிக்கையில் கூடினால் ஆபத்து. இதை முளையிலேயே கிள்ளிவிட வேண்டும் என்றுதான் துடித்தனர்.

செந்தாமரைகள் பூத்த பள்ளிவாசல் தடாகம் இயல்பான அழகுடன் பளிங்குப் படலங்களைப் போல நீர் ததும்பி நின்றது. பொன்னிற மீன்கள் தடாகத்தின் நாலாபுறங்களிலும் ஊர்வலம் வந்தன. கபர்ஸ்தானின் கதவுகள் இரண்டும் விகாரமாய்த் திறந்திருந்தன. எந்தச் மய்யித்தை அது இனி உள் வாங்கப் போகிறதோ என்னும்

அச்சம் எல்லோர் மனத்திலும் எப்போதும் இருந்தது. ஒரு பக்கம் சந்தாக்குகள் வரிசையாய் அடுக்கப்பட்டிருந்தன. எவர் வீட்டுத் திருமணத்தையோ கரும்பலகையில் எழுதி வைத்திருந்தனர். உயர்ந்த மினார்களில் குடியிருக்கின்ற மாடப்புறாக்களில் இரண்டு கீழிறங்கி முற்றத்தில் தத்தின.

லொஹர் தொழுகை முடிந்து ஜமாத்தார்கள் பாவங்களைப் போக்கிய திருப்தியுடனும் துஆக்கள் கபூலாகி விடுமென்னும் நம்பிக்கையுடனும் வெளியேறினர். ஒன்பது ஓட்டுகள் போட்டவர்களின் பெயர்களை எழுதி வைத்து, காரியதரிசி அஹமது கனிராவுத்தரிடம் பவ்வியமாக நீட்டினார் உபதலைவர் அப்துல்காதர். அஹமது கனியின் கண்கள் ஏனோ சிவந்திருந்தன. கம்பீரமான அவரின் கறுப்பு வெள்ளை கலந்த நீளமான தாடி; ஒரு மயிரைப் பிடுங்கி விட்டால் ஹைகோர்ட்டுக்கும் மறுமயிரைப் பிடுங்கி விட்டால் சுப்ரீம் கோர்ட்டுக்கும் போகுமென அவராலேயே பெருமை பேசப்படுகிற தாடி, சரியான பராமரிப்பில்லாது காற்றில் அலைக்கழிந்தது. கருத்த உதடுகளுக்கிடையில் ஓயாது புகைகின்ற பாஸ்ஸிங்ஷோ சிகரெட், இறுக்கமான மடிப்புடன் முழுக்கை கதர் சட்டை, நான்குமுழு வேட்டியின் முனையை முழுங்கால் தெரிய கையில் பிடித்துக் கொண்டு போவோர் வருவோரையெல்லாம் கண்களால் தோண்டித் துருவிப் பார்க்கின்ற தீவிரம், ஒன்பது ஓட்டுகளால் நிலை குலைந்த மாதிரி தெரிந்தது.

நின்று கொண்டிருந்தவர் மதரஸா திண்ணையில் சம்மணமிட்டு அமர்ந்தார். "எட்டுப்பேர் சரி. ஒம்பது பேருங்கிறது தப்பு. ஏழாவது ஆள் எழுதியிருக்கீங்களே சந்துலெவ அவன் ஓட்டுப்போட்டது நமக்குத்தேங், அப்டீன்னா லெப்பைக்கி ஒரு ராவுத்தன் ஓட்டு விழுந்திருக்கு. யாரு தெரியுமா அந்த கறுப்பு ஆடு. எனக்குத் தெரியும். பட்டியல் தயார் செஞ்சா அது பளிச்சினு இருக்கணும். அடித்தல் திருத்தல் இருக்கப் படாது. புடிங்க." கறாரான வார்த்தைகளுடன் காகிதத்தைக் கை மாற்றினார் அஹமது கனி. அப்துல் காதருக்குத்தான் கைகள் நடுங்கின. தனது செயல்பாட்டில் காரியதரிசிக்கு அதிருப்தி உண்டாகக் கூடாதென்று தான் இவரும் கவனமாக இருக்கிறார். ஆனாலும் தவறு நேர்ந்து விடுகிறது. பொக்கிஷதாரர் வஹாபு கணக்கு வழக்கில் கில்லாடி. ராவுத்தர் அண்ட் கோவில் பல வருஷங்கள் வேலை பார்த்து அனுபவப்பட்ட கை. தலைவரிடம் அவருக்கு எப்போதும் நல்ல பெயர். தன்னால் அதுபோல திறம்பட செய்ய முடியவில்லை எனும் தாழ்வு அபிப்பிராயம் அப்துல்காதருக்கு எப்போதும் உண்டு.

"டேய் மோதி..."

பள்ளிவாசல் கடைநிலை உழழியரைத்தான் இத்தனை அதிகாரம்

தொனிக்க அழைக்கிறார் அஹமது கனி. பள்ளிவாசலில் ஏழெட்டு மோதினார்கள் வேலை செய்கிறார்கள். எல்லோரும் பாவப்பட்ட லெப்பைக் கூட்டம். காரியதரிசியின் குரல் பள்ளிவாசல் வராந்தா வரை ஒலிக்கிறது. அந்த அதிர்வில் தத்திக் கொண்டிருந்த மாடப்புறாக்கள் சிறகடிக்கின்றன. ஓடி வந்து கையைக் கட்டி பவ்வியமாக நின்றவருக்கு அஹமது கனியையைவிட பத்து வயது அதிகமிருக்கலாம். மொதலாளி... என்று அவரின் ஈனமான குரல் வெளிப்பட்டதில் பயம் கலந்திருந்தது. 'ஆண்டவன் சன்னிதானத்தில் யார் முதலாளி? ஆண்டவனே முதலாளி! ஒவ்வொரு ஜும் ஆ பிரசங்கத்திலும் பேஷ் இமாம் இதைத்தானே முழங்குகிறார். இறை இல்லத்துக்கு வந்துவிட்டால் ஆண்டானாவது அடிமையாவது எல்லாம் ஒன்றுதான். தொழுகைக்கு ஷப்பில் நிற்கும்போது தோளோடு தோள் உரச வேண்டும். எங்களுக்குள் பேதம் இல்லை எனச் சொல்லாமல் சொல்லும் வழி. ஆனால் முதல் ஷப்பில் நிற்பவர்கள் எல்லாம் முதலாளிமார்கள் தான். அவர்களுக்குள் தான் சாந்தியும் சமாதானமும் புழங்குகிறது. தொழுகை முடிந்தவுடன் பேஷ் இமாமும் கூட முதலாளிமார்களின் மோதிர விரல்களுடன்தான் முதலில் முஷாபா செய்கிறார்' என்று மனதுக்குள் பேசிக்கொண்டே மைதீன்மோதினார் முதலாளியின் அருகில் மறுபடியும் பவ்வியமாக நின்றார்.

"சாவக்கோழி ரெண்டு வேணும். தெருவுல பாத்து புடிச்சு வீட்டுக்கு கொண்டு போ..." என்றார் மோதினாரைப் பார்த்து அஹமது கனி. எஜமானரின் வார்த்தைக்கு கட்டுப்பட்டவரைப் போல தலையை ஆட்டிக்கொண்டு ஓரடி நகர்ந்த மோதினார் மைதீன் பிறகு உச்சியைப் பார்த்து "அஸருக்கு பாங்கு சொல்லணும்" என்றார். அஹமது கனிராவுத்தரின் கண்கள் மேலும் சிவப்பதற்கு முன் மோதினாரைக் கிளப்பிவிட வேண்டுமெனக் கண்ணாலும் கையாலும் அப்துல்காதர் ஜாடை காட்டியது பார்வைக் குறைபாடுள்ள மைதீன் மோதினாருக்குத் தெரியாமல் போனது.

எதிர்பாராத அத்தருணத்தில் மய்யித்து ஒன்று பள்ளிவாசல் வந்து சேர்ந்தது. மிகச் சிரமப்பட்டு சந்தாக்கு தூக்கி வந்தவர்கள் மொலத்தாவின் உடலை இறக்கி வைத்தனர். அவர்களிடமிருந்து வீசிய வியர்வை நெடி காரியதரிசியின் முகத்தைச் சுளிக்க வைத்தது. எந்தத் தெருவின் மய்யித்து, இறந்தவன் எந்த வகையறா எனக் கண்களால் நோட்டம் விட்டவர் அலட்சியமாக ஒலுச்செய்ய உட்கார்ந்தார். அஸர் தொழுகைக்கான வரிசையில் நான்கே பேர்கள் நின்றனர். தொழுகைக்கு வராமல் உபதலைவர் அப்துல்காதர் அந்த ஒரு ஓட்டுப்போட்ட ராவுத்தன் எவனாயிருக்குமென்னும் சிந்தனையில் உலாத்தினார்.

மய்யித்தைக் கொண்டு வந்தவர்கள் கபர்ஸ்தானில் குழி வெட்டிக்

கொண்டிருந்தனர். பக்கத்தில் பெரிய்ய மய்யித்து அடங்கியிருக்கிறது. அஹமது கனி ராவுத்தரின் தாயார் செய்யது பீவியம்மாள் தோற்றம் – மறைவு எழுதப்பட்ட கல்பலகை ஐம்பது வருஷங்களாக அதே இடத்தில் அசையாமல் நிற்கிறது. பொதுவாக மய்யித்தை அடக்கம் செய்ய வருகிறவர்கள் அந்த பெரிய்ய கபுறுகுழிக்கு மரியாதை தரும் நிமித்தம் இரண்டல்லது மூன்றடி தள்ளியே நிற்பார்கள். தங்கள் மய்யித்தை ஒரு ஒதுக்குப்புறமாக அடக்கம் செய்துவிட்டு, செய்யது பீவியம்மாளின் கபுறைப் பார்த்து சலாம் சொல்லிப் போவார்கள்.

வந்து சேர்ந்த மய்யித்து மேற்கு தெருவுக்குரியது. கபுறுக்குழி வெட்டியவர்கள் கருத்த திடகாத்திரமான தேகத்துக்குரிய கலையமுத்தூரான்கள். அவர்களுக்கு இந்த ஊர் வழக்கம் எதுவும் தெரிந்திருக்க வாய்ப்பில்லை. மேலும் மய்யித்தாங்கரையில் புழங்கிப் பழக்கமுள்ளவர்களுமல்ல. அடக்கம் செய்தபிறகு பஸ் பிடித்து பழநிக்குப் போய் அங்கிருந்து கலையமுத்தூர் போகிற அவசரத்தில் கடப்பாறை ணங்...ணங்கென வேகமாக மண்ணில் விழுந்தது. ஒருவன் பரபரப்பாக நிலத்தைச் சுரண்டினான்.

"டேய் மொதலாளியம்மா கபுறுக்குழி இருக்குதுடா பாத்து... பாத்து.." என்று மோதினார் ஒருவர் வந்து அவர்களை எச்சரித்துச் சென்றார். ஆனால் காற்றுக்கும் மழைக்கும் அசையாத கல்பலகை கலையமுத்தூரான்களின் கடப்பாறை அதிர்வுகளுக்குத் தலை சாய்ந்தது. குப்புறவிழுந்த கல்பலகையைக் கவனித்த மோதினார் கலங்கிப் போனார். கலையமுத்தூரான்களுக்குக் கல்பலகையின் மகத்துவம் அது கீழே விழுந்தபிறகும் புரியவில்லை.

அஸர் தொழுதபிறகு ஜன்னல் வழியாகத் தாயாரின் கபுறுக்குழியைப் பார்த்து சலாம் சொல்லும் வழக்கமுள்ள அஹமதுகனி ராவுத்தருக்கு கல்பலகை கீழே விழுந்த கோலம், அதைக் கவனியாமல் குழிவெட்டியவர்களின் அலட்சியம், மைதீன் மோதினாரின் பயந்து மருண்ட விழிகள் எல்லாம் சேர்ந்து ஆத்திரத்தை மொத்தமாகத் தருவித்தது. மைதீன் மோதினாரின் கன்னத்தில் விழுந்த அறையில் கடப்பாறையைக் கீழே போட்டனர் கலையமுத்தூர்க்காரர்கள்.

மய்யித்தை வைத்து ஜனாஷா தொழுகை நடந்தது. அஹமது கனிராவுத்தர் அதில் கலந்து கொள்ளாமல் பள்ளிவாசலை விட்டு விருட்டென வெளியேறினார்.

5

கருக்கல் நேரத்தில் வெளியேறி நடப்பதென்றால் கருத்த லெப்பைக்கு கொள்ளை இஷ்டம். புலரும் காலையும் மறையும் மாலையும் விருப்பமான பொழுதுகள். காலைக்கருக்கலில் ராதியம்மாவையும் மாலைக் கருக்கலில் நண்ணியம்மாவையும் பார்ப்பதற்குத் தவறாமல் போய்விடுவான். சுபஹ் தொழுதபின் ராதியம்மா போட்டுத் தருகின்ற சாயாவைக் குடிக்க முதல் நாள் இரவிலிருந்தே நாக்கு தயாராக இருக்கும். தஸ்பீஹ் மணி உருட்டியவாறு அடுப்புக்கும் தொழுகைப் பாய்க்கும் நடக்கின்ற ராதியம்மாவைப் பார்க்க பெருமிதமாக இருக்கும். வெண்ணிற ஆடையும், தொடர்ந்து தொழுவதால் கிடைக்கின்ற முகப்பிரகாசமும் காலைப்பொழுதில் கிடைக்கிற வெகுமதிகள். ராதியம்மா தொழுகை முடிந்து எழுகின்ற சந்தர்ப்பத்துக்காகக் காத்திருப்பான். ஓதி அவள் வாயால் ஊதுகின்ற நேரத்தில் இவனின் ரோமங்கள் சிலிர்க்கும். உடலோடு உறவாடிக் கிடந்த சைத்தான் திடுக்கிட்டு எழுந்து அலறியவாறு ஓடுவதை சிரித்தவாறு ராதியம்மாள் கைநீட்டிக் காட்டுவாள். இவனுக்கோ அவள் கை நீட்டிய இடத்தில் இருட்டு மட்டுமே தெரியும். பித்து லெப்பை வம்சாவழிகளுக்கு இப்படி ஓதி ஊதியிருந்தால் அக்கா ருக்கியாவுக்கு இத்தனை இம்சைகள் இருந்திருக்காதே என்று நினைத்துக் கொள்வான்.

ராதியம்மாவுக்கு நேர்எதிர் குணாம்சம் கொண்டவள் நண்ணியம்மா. ராதி, அம்பாவையும் நண்ணி, அம்மாவையும் பெற்றவர்கள். ராதிக்கு இறை நாட்டம் அதிகம். நண்ணிக்கு இஷ்மு வேலைகளில் விருப்பம். ஊர் ஊராகப்போய் கேரளத் தங்கள்மார்களையும் மந்திரவாதிகளையும் பார்த்து வருவாள். அவர்கள் தருகின்ற கயிறுகளைக் கட்டிக் கொள்வாள். ஜோசியம், ஜாதகம் என்று பண்டாரத் தெருவுக்கு எப்போதும் நடையைக் கட்டுவாள். இவளின் பலவீனத்தைப் புரிந்து கொண்டு பண்டாரம் வேலுக்குட்டி ராசிபலன்களை இஷ்டத்துக்கு மாற்றிச் சொல்லி காசு பார்ப்பான்.

காஃபிர்களோடு இவளும் சேர்த்தி என்று தீன்தாரிகள் எவரும் இவளை அண்டுவதில்லை. தொழுகை, ஓதுதல் எதுவும் நடப்பதில்லை வீட்டில். ஆனால் தலையில் முக்காடு போட்டபடி ஜின்களை வசியம் பண்ண ஆலோசனை நடத்துவாள். சித்து வேலைகளில் பெயர்போன ஆரணிபாவா வாரம் ஒரு முறை இவள் வீட்டுக்கு ஆஜராகி விடுவார். வீட்டு மூலையில் குழி தோண்டி ஏதேனும் ஒன்றைப் புதைப்பது, விட்டத்தில் பாட்டில்களாகக் கட்டி தொங்கவிடுவது, தகடுகளில் மந்திர எழுத்துகள் பதித்து தாயத்துகளில் அடைப்பது எப்போதும் நடக்கின்ற பணிகள். ஜின்னை வசியம் செய்ய இவள் தன் மலத்தைத் தானே உண்டுமிருக்கிறாள். மாய மந்திரங்களிலே சதா சர்வகாலமும் கிடந்து உழல்வதால் அவள் கண்களில் ஜீவன் இருந்ததில்லை.

கருத்த லெப்பை ராதி, நண்ணி இருவரிடமும் நல்ல பிள்ளையாகிக் கொள்வான். காலையில் ராதியிடம் ஓதி ஊதிக் கொள்வதும், மாலையில் நண்ணியிடம் மந்திரித்த கயிறு கட்டிக் கொள்வதும் இரண்டும் ஒன்றுதான் அவனுக்கு. உண்மையைச் சொன்னால் இரண்டிலுமே நம்பிக்கை இழந்தவன். இருவருக்குமே பேரப்பிள்ளை தங்களோடு இருப்பதாக சமாதானம். ஆனால் அவன் யாருடனும் இல்லை.

அக்கா மோசமானதொரு இடத்தில் வாக்கப்பட்டதை இருவராலும் தடுக்க முடியவில்லையே என்கிற ஆதங்கம்தான் அவனை இருபக்கமும் நம்பிக்கை இழக்கச் செய்துவிட்டது.

6

ராதியம்மா இஷா தொழுது முடித்து படுக்கையை விரித்து விட்டாள். இரவு உறக்கத்துக்கு அவள் கட்டுகிற கொசுவலைக் கூடாரம் அபாரமானது. ஆயிரமாயிரம் சல்லடைக் கண்களுடன் இன்னொரு உலகத்தை அது கருத்த லெப்பைக்குக் காட்டி நிற்கும். தன்னைச் சுற்றி ஒரு கட்டுமானத்தை எழுப்பிக் கொள்ளும்பொழுது மனதுக்கு சிறிய திருப்தி கிடைக்கிறது. ஆனால் அது நிரந்தரமா என்பதில் அவனுக்குக் கேள்வியும் இருக்கிறது.

"என்ன இன்னக்கி ராதியம்மாட்ட விசேஷம்."

"நா எப்பவும் ஒன்னப் பாக்க வருவேந்தான்?"

"அது சரி! ஆனா என்னமோ ஒன்னோட வாய்க்குள்ள கொஞ்சம் கேள்விகள அடக்கி வச்சிருக்காப்ல உப்பியிருக்குது."

"எப்டி ராதிம்மா இதையெல்லாம் செரியா கண்டுபிடிக்கிறே."

"எனக்குத் தெரியும் ராஜா. செரி, வகுத்துக்கு எதும் போட்டியா இல்லியா?"

"ம்... சோறு.. மத்தியானம் வச்ச கறியானம். தொட்டுக்க ஊறுகா... வடகம்..."

"போதும். ஒங்க நண்ணியம்மாவப் போயிப் பாத்தியா."

"அடப்போ ராதியம்மா. அந்தம்மா எப்பப் பாத்தாலும் ஜின்னு பேயி இபுலீசுன்னுட்டு கெடக்குது..."

"டேய் கள்ளா! நீ ரெண்டு பக்கமும் நடிக்கிறவன்னு எனக்குத் தெரியும்டா... அங்க போவதான்.."

"அல்லா மேல சத்தியமா போறதில்ல ராதிம்மா.."

"அப்பன்னா ஒன்னோட சட்டையக் கழட்டு பாக்கலாம். ஒங்க நண்ணிம்மா ஓதிக் கட்டன கயித்த.."

"இல்ல. இல்ல..."

"எங்க பாக்கலாம்.."

கருத்த லெப்பை தப்பி நகர்ந்தான். ராதியம்மா துரத்தினாள். அவன் சகல மூலைகளுக்கும் ஓடி ஒளிந்து கடைசியாய் கொசுவலைக் கூடாரத்துக்குள் தஞ்சம் புகுந்தான். அம்பா அம்மாவுடன் இப்படியெல்லாம் விளையாட முடிகிறதா என்ன? எப்பவும் இறுக்கம். கடுகடுப்பு. ராதியம்மாவிடம் வரும்பொழுது மட்டும்தான் அவன் வயதை மறந்து குழந்தையாகிறான்.

ராதியம்மாவும் மெலிதாய் மூச்சிரைக்க வந்து படுத்துக் கொண்டாள். மெதுவாக உருண்டு அவளருகில் வந்து அவளின் மெது மெதுப்பான வயிற்றைத் தடவிக் கொண்டே ராதிம்மா... என்றான்.

"ம்.. சொல்லு ராஜா.."

"நா ஒண்ணு கேக்கட்டுமா..."

"ம்... கேளு..."

"வந்து... நாயகம் ரசூலுல்லா இருக்காங்கல்ல"

"ஸல்லல்லாஹு அலா முஹம்மது

ஸல்லல்லாஹு அலை ஹிரவஸல்லம்.

ம்... சொல்லு. நாயகம் ரசூலுல்லா இருக்காங்க."

"அவங்கள நீ கனவுல பார்த்திருக்கியா..."

"ம்... பார்த்திருக்கேன்.."

"பார்த்திருக்கியா... எப்டி ராதிமா?

"குரான்ல முஜம்மில் சூரான்னு இருக்குது. அது வந்து தினம் இஷா தொழுகைக்கப்புறம் தொடர்ந்து ஓதி வரணும். அப்புறமா நாயகத்தப் புகழ்ந்து ஓதுற தாஜுல் ஸலவாத்து அதையும் ஓதனும்..."

"ஓதுனா..."

"தொடர்ந்து ஓதினா நாயகத்தோட தரிசனம் கனாவுல கெடைக்கும்..."

"அது எப்படி ராதிம்மா.."

"எப்டின்னா அப்டித்தாம்..."

"நாயகம் எப்டி ராதிம்மா இருப்பாங்க?"

"அத என்னால வர்ணிக்க முடியுமா ராஜா?"

"ராதிம்மா ராதிம்மா சொல்லுங்க ராதிம்மா."

"செரி... சொல்றேன்.."

கருத்த லெப்பை கண்களை இறுக மூடிக் கொண்டான். ராதிம்மா நாயகத்தின் அழகையும் கம்பீரத்தையும் தனக்குத் தெரிந்த வார்த்தைகளால் சொல்லத் தொடங்கினாள். அவனுடைய மனம் நாயகத்தை வரைந்து கொண்டிருந்தது. விடிந்ததும் காகிதத்தில் அதைப் பதிவு செய்து கொண்டு அமீதுவிடம் ஓடினான்.

7

பித்துலெப்பையின் வவ்வா கொட்டம் ஊரார் நெருங்கவும் அஞ்சுகிற இடம். அந்தப் பாழடைந்த கட்டடத்தின் துர்வாசனை காற்றில் கலந்து வரும்போது மூக்கைப் பொத்திக்கொண்டு நடக்காதவர்கள் குறைவு. கருவ முள்ளும் கள்ளிச் செடிகளும் முளைத்துக்கிடக்கிற வாசலின் முன்தோற்றம். உள்ளேயோ ஒருவித சூனியம் விரவிக்கிடக்கும். வெளவால்கள் பறப்பதும் பன்றிக்குட்டிகளைப் போன்ற தோற்றத்துடன் பெருச்சாளிகள் சாக்கடைக்குள்ளிருந்து பாய்வதும் வெகு இயல்பான காட்சிகள். குப்பையும் கூளமுமாய் அலங்கோலப்பட்டிருக்கின்ற வாசலைக் கடந்து போனால் வரிசையாக மூன்று வீடுகள். ஒவ்வொரு வீட்டின் வாசலிலும் வாழ்க்கையைத் தொலைத்து விட்ட பார்வையுடன் ஒரு ஜீவனை சந்திக்கலாம்.

காலையில் பார்த்த அவர்களை மாலைப் பொழுதில் வந்தாலும் நின்ற நிலையிலேயே பார்க்கலாம். மூன்று வீடுகளைத் தாண்டிப்போனால் தனி அறை ஒன்று விசேஷ நெடியுடன். அங்கிருக்கிறான் ஈசாக். பித்து லெப்பை கொட்டத்தின் நாயகனும் நானே வில்லனும் நானே என்பதைப் போலிருக்கும் அவன் நடவடிக்கைகள். அங்கே உள்ளவர்களில் ஓரளவு சுவாதீனம் உள்ளவன். இவனின் அறையைத் தாண்டியுள்ள சந்துகளும் பொந்துகளும் தான் வல்லுனர்களையே வியக்க வைத்த சங்கதி. எதற்காக இத்தனை பீதிக்குரிய சந்து பொந்துகளை அந்தக் காலத்தில் கட்டினார்கள் என்பது எவருக்குமே புலப்படவில்லை. ஈசாக் தன் காலைக் கடனைக் கழிப்பதற்கும், காம இச்சைகளைத் தணிப்பதற்கும் இந்தப் பிரதேசத்தைப் பயன்படுத்திக் கொள்கிறான். மூன்று வீட்டுக்கும் மேய்ப்பன் இவனே. மூன்றாம் வீட்டில் வாழ்க்கைப்பட்டு வந்தோம் என்னும் முத்திரையுடன் நடைப்பிணமாய் கிடக்கிறாள் ருக்கையா.

8

நுக்கையாவுக்கு பத்து வயதானபோது அவள் தம்பி கருத்தலெப்பைக்கு ஆறு வயது. பள்ளிக்கூடத்தில் அவனைக் கொண்டு சேர்க்க அம்பாவும் ருக்கையாவும் கைப்பிடித்து அழைத்துக்கொண்டு போனார்கள். குளத்துப் பள்ளிக்கூடம் என எல்லோராலும் அழைக்கப்படுகின்ற ஊராட்சி ஒன்றிய முஸ்லிம் தொடக்கப் பள்ளியில் ஐந்தாம் வகுப்பு வரை போதனை நடந்தது. கருத்தலெப்பையின் பெயர் அங்கே ஜபருல்லாஹ் என்று பதிவு செய்யப்பட்டது. வாஸ்தவத்தில் அவன் பெயரை அவன் அறிந்ததும் அவனின் அக்கா தெரிந்து கொண்டதும்கூட அன்றைக்குத்தான். மற்றபடி வீட்டிலும் வெளியிலும் அவன் நாமகரணம் கருத்தலெப்பைதான். வகையறாப் பெயர் அவனுக்கு வசதியாகப் பொருந்திப் போனது. பெயருக்கேற்ற கருப்புநிறம். ஊமைக்குசும்புகள். அசல் கருத்த லெப்பையை உரித்து வைத்திருக்கிறான் என்று சொந்த பந்தங்கள் சொல்லிப் பெருமைப்படவும் வாய்த்தது.

பள்ளிக்கூடத்தில் சேர்ந்த முதல் நாள் எல்லாப் பிள்ளைகளையும் போல அவனுக்கு அழுகையெல்லாம் வரவில்லை. மாறாக சந்தோஷம் ஊற்றெடுத்தது. பள்ளிக்கூடத்துக்குப் பின்புறம் குளம் இருந்ததும் குளத்தைத் தாண்டி தொலைவில் பழநி மலையைப் பார்க்க முடிந்ததும்தான் விசேஷ காரணங்கள். சிலேட்டுப் பலகையில் குலாம் வாத்தியார் அகரம் எழுதித் தந்தபோது அவன் கவனமெல்லாம் குளக்கரையில் அணிவகுத்த களிமண் வண்டிகளின் மேல் பதிந்திருந்தது. "எங்கேடா பாக்குற... ஆனாப் போட்டியா" குலாம் வாத்தியாரின் அதட்டலான குரல் செவியில் விழுந்தபோது இவன் மனமெல்லாம் களிமண் பிசைந்து கொண்டிருந்தது. களிமண் எடுத்துக்கொண்டு போனால் அக்கா ருக்கையா ரேடியோ செய்து தருவாள். ரேடியோவில் இருக்கின்ற டியூனருக்கு ஈச்சைமார் குச்சி ஒடித்து களிமண்ணை உருண்டை செய்து வைப்பாள். கருத்த லெப்பை அதைத் திருகினால்

அக்காவின் குரல் அழகாக ஒலிக்கும். "இலங்கை ஒலிபரப்புக் கூட்டு ஸ்தாபனம் தமிழ்ச்சேவை இரண்டு."

களிமண் எடுத்துச் செல்கின்ற மாட்டு வண்டிகளுக்குப் பின்னால் "வண்டீன்னா வண்டி வடக்க போற வண்டி, வண்டிக்காரன் பொண்டாட்டிக்கு இத்தாச் சோடு குண்டி" என்று பாடிக் கொண்டே செல்வது பையன்களுக்கு இஷ்டமான பொழுதுபோக்கு. வண்டிக்காரன் சாட்டையைச் சுழற்றும் வரை பையன்களின் பின் தொடர்தல் ஓயாது. இருட்டுக்குளம் வரைக்கும் போய்விட்டுக் கால்கள் தளர்ந்துவிட கை நிறைய களிமண் அள்ளிக்கொண்டு வீடு வந்து சேருவார்கள்.

முதல்நாள் பள்ளிக்கூடம் விட்டு வந்தபோது வீட்டில் மாட்டிறைச்சியால் செய்த கைமா உருண்டைகளும் பால் கலந்த சாயாவும் கிடைத்தது. நாக்கைச் சப்புக் கொட்டிக் கொண்டிருந்த அவனை ருக்கையா ஊர் சுற்றி வரக் கூப்பிட்டாள். பொதுச்சாவடி, சாம்பான் மடம், ஹைஸ்கூல், பறத்தெரு, லைன்வீடு, சுண்ணாம்பு காளவாய், சக்கிலி தெரு, சரவணபட்டிக்குப் போகும் மண் சாலை, குளம், வாய்க்கா கிணறு எல்லாம் அவனுக்குக் காட்டியவள் அக்கா ருக்கையா தான்.

"ஏன்டி மொதம் முதலா பள்ளிக்கோடம் போன புள்ளைய வீட்டுல உக்கார வச்சு பாடம் சொல்லிக்குடுப்பியா. இப்புடி ஊர் சுத்திக் காட்டுறியே நாயமா? நாளைக்கி இவம் ஒழுங்காப் பள்ளிக்கோடம் போவாங்கற? செரியான ஊர் சுத்தி நாயாப் போவான்டி."

அம்மா பாத்துமாவின் வாய்க்கு சர்க்கரைதான் போட வேண்டும். ஒன்னாம் நம்பர் ஊர்சுற்றியாகிப் போனான் கருத்த லெப்பை. அம்மா திட்டியதற்கு அக்கா ருக்கையா சொன்ன பதில் கருத்தலெப்பையின் காதுகளில் இன்னும் ரீங்கரிக்கிறது. "எனக்கு இப்பவே பத்து வயசாச்சு. இன்னம் ரெண்டு வருஷத்துல நா குத்த வச்சுட்டேன்னா வீட்டுக்குள்ளயே கோஷாவுல ரெண்டு வருஷம் கழியறதுக்குள்ள நல்லா செக்கச் சிவீர்ணு நெடுநெடுன்னு வளந்த, மலைக்கிப்போயி சம்பாதிக்கிற மாப்பிள்ளையாப் பாத்து கட்டி வச்சுருவீங்க. அப்புறம் நா நாலஞ்சப்பெத்து சம்சாரியாகிடுவீங்.. எந்தம்பிக்கி நா இப்பவே ஊரச்சுத்திக் காட்டுனாத்தாம்மா ஆச்சு..."

நல்லா செக்கச் சிவீர்ணு நெடுநெடுன்னு வளந்து மலைக்கிப் போயி சம்பாதிக்கிற மாப்பிள்ள.. அக்காவுக்கு அவள் கனவு கண்டது போலவா அமைந்தது? உள்ளூரில் மட்டுமென்ன அலங்கியம் பெரிச்சிபாளையம், மேல்கரைப் பட்டி என்றெல்லாம் வெளியூரிலிருந்து வந்தும் அவளைப் பெண் கேட்டுப் போனார்கள். யாருக்குத்தான் ருக்கையாவைப் பிடிக்காமல் போகும்? அவளின் வாட்ட சாட்ட உடம்பும் வட்ட முகமும் வகையறாவுக்கே இல்லாத நிறமும் அரபிக் குதிரை என

ஊராரை விமர்சிக்கச் செய்தன. கடைசியில் எல்லாம் வீணாச்சு. சீர் சென்த்திக்கு வரதட்சணைக்கு பயந்து அம்பாவும், சொந்தபந்தம் விட்டுப் போகக் கூடாதென்று அம்மாவும் கிளியை வளர்த்து பூனைக்கு வழங்கியதைப் போல பித்துலெப்பை வம்சாவழிக்குத் தாரை வார்த்து விட்டார்கள்.

ஈசாக் சுவர் மறைப்புக்குப் பின்னால் ஒளிந்து நின்ற ருக்கையாவை எட்டிப் பார்த்தபடி ஒருநாள் இரவு முழுக்க அம்மாவிடம் அழுது பசப்பினான். "அக்கா... லே.. எங்க வீட்ட வந்து பாரு, இருளடிச்சுக் கெடுக்குது. பூவாப் பூத்த எடம் எல்லாம் புழுவா நெளியுது. ஒரு பால்காரி, தயிர்க்காரி, வண்ணாத்தி, சக்கிலிச்சி கூட உள்ள நொழைய மாட்டேங்கிறாளுங்க. வீட்டுல இருக்குறதுங்க எல்லாம் சைத்தாம் புடிச்சு புத்திகெட்டுப் போயிக் கெடக்குதுங்க. தம்பி பதுருதீனு சொக்கத்தங்கமல. பரம்பரை வாசமெல்லா துளிக்கூட கெடையாது அவங்கிட்ட. ஒனக்கே தெரியுமே அது புத்திசாலிப்புள்ள... ராவுத்தர் கம்பெனியில கூட அவன மாச சம்பளத்துக்கு கூப்புட்றாங்க. நாந்தே நாம லெவையா தீன்தாரியா மானஸ்தானப் பொறந்து ராவுத்தனுங்கள்ட போயி கை கட்டி நிக்கிறதான்டு அனுப்பல. நம்ம ருக்கியாவுக்கும் பதுருக்கும் நிக்கா முடிஞ்சதுன்னா தம்பிக்கி இங்குட்டே ஒரு கட கண்ணி வச்சுக்குடுக்கலாம், ஓம் முடிவச் சொல்லுக்கா..."

முறுக்குப் பிழிகிறபோது மட்டும் பாத்துமாவுக்கு யாரிடமும் பேசிப் பழுக்கமில்லை. ஈசாக் ருக்கையாவைப் பற்றிப் பேசியதால் அவளுக்கு லேசான கவனம் பதிந்திருந்தது. "என்னக்கா... ஏதோ ஒரு ஊரு தீப்புடிச்சு எரியும்போது அந்த ஊர் ராசா எதையோ வாசிச்சிட்டு இருந்தானாம். அந்த மாதிரி கொமரு காரியம் பேசறப்போ நீ முறுக்குப் புழியறே." பாத்துமா முறுக்கு மரத்தைக் கீழே வைத்து விட்டு திரும்பி ஈசாக்கை முறைத்துப் பார்த்தாள்.

"முறுக்குத் தான்டா எங்களுக்கு மூணு நேரமும் சோறு போடுது..."

"அதுக்காக ராவுத்தன் திங்கிற தீனியில இருக்குற கவனம்; நிக்கா விஷயமாப் பேச வந்த எம் மேல இல்லியே..."

"ஆமா நீங்க எல்லாம் சுவாதீனமா இருக்கீங்க பாரு. ஒடனே சம்பந்தம் வச்சுக்கறதுக்கு."

"அக்கா... யார வேண்ணாலும் சொல்லு. என்னிய எந்தம்பிய சுவாதீனமில்லாதவங்கன்னு சொல்லாத... நா எனக்கு ஓம் மகளக் கட்டிக் குடுன்டா கேட்டேன்... எந்தம்பிக்கித்தான கேட்டேன். எனக்காச்சி வயசாச்சு. எந்தம்பிக்கி என்ன கொறச்சல்."

"ஓஹோ! நீயே கட்டிக்கியேங்... நெனப்பு பொழப்பக் கெடுத்துச்சாம். ஒந்தம்பி மட்டும் என்ன கொமரனா? அவனுக்கும் நாலு கழுத வயசாச்சுல்ல..."

"நாப்பது தேங்..."

"என்ன நாப்பதுதேங்கிற, முக்கா கெழவனில்ல..."

"அக்கா! நீ இந்த நாயமெல்லாம் பேசாத... எங்க வாசல்ல ஓம் மக கால் வச்சா எங்களப் புடிச்ச பூடையெல்லாம் போயிரும்னு ஒங்க அம்மாவே சொல்லிச்சு..."

"அவ கெடக்கறா கெழட்டு முண்ட. தன் பீயத் தானே திங்கிற முண்ட ஒதுவோம் தொழுவோன்டு இல்லாம மலையாளத் தங்கள்மார் எங்க மந்தரவாதி எங்கேன்டு அலையிறா..."

"அக்கா! தாயப் பேசுற பேச்சா இது!"

"தாய் மாதிரி நடந்துக்கிட்டாத்தேந் தாயி. இல்லேன்னா பேயி..."

"..........."

"மாமுவே சம்மதிச்சிருச்சு. நீதேங்... புடிவாதம் புடிக்கிற..."

"முடிவா என்னக்கா சொல்லுற, நீ ஒத்தப் பைசா செலவு பண்ண வேணாம். கருகமணி தாயத்துகூட நானே வாங்கிக்கறேங்..."

முறுக்குப் பிழிந்து முடித்து நிதானமாகப் பாயை விட்டு எழுந்து தரையில் கால் வைத்து ஒருமுறை சரிபார்த்த பிறகு "ருக்கியா.. இம்புட்டு வரக்காப்பி வைம்மா..." என்றாள் பாத்துமா. வெற்றிலைத் தட்டை அவள் பக்கமாகத் தள்ளி வைத்து பாத்துமாவின் முகத்தையே ஆவல் கலையாமல் பார்த்துக் கொண்டிருந்தான் ஈசாக். பாத்துமாவுக்கு சூழலையும் மீறி சிரிப்பு அரும்பியது. அவள் முகத்தின் மலர்ச்சி ஈசாக்கின் நம்பிக்கையை வளர்த்து எடுத்தது. ஆனால் முக்கியமான நேரத்தில் அங்கே பிரசன்னமான ஹிட்லர் ஈசாக்கை முறைத்துப் பார்த்து "மியாவ்"... என்றது. ஈசாக் அதை சூவென விரட்டினான். ஹிட்லர் எவ்விதமான அச்சமுமின்றி மெதுவாக நடைப்போட்டு அங்கிருந்த பழங்கால மேஜை மீதேறி மீண்டும் மீண்டும் அவனையே வெறித்தது. "இந்தப் பூனைக்கி இருக்குற திமிரு என்னங்குற..." ஈசாக் சற்றே பதற்றமானான். "மிருகங்களுக்கு மனுஷன் மனசுல என்ன ஓடிக்கிட்டிருக்குதுன்னு தெரியுமாம்." பாத்துமா சிரித்துக் கொண்டே சொன்னாள்.

"சரி அது ஒனக்கு எட்டிக்கா தெரியும்?" என்றான் ஈசாக். "சுலைமான் நபிக்கி ஆண்டவன் பறவை, மிருகங்களோட பாஷைகளையெல்லாம்

தெரிஞ்சுக்குற சக்தியக் கொடுத்தான்."

"நீ என்ன சுலைமான் நபிக்கி பேத்தியா?" இளக்காரமாகச் சிரித்தான் ஈசாக்.

"நா பேத்தியோ இல்லியோ கருத்தலெவைக்கி இட்லர் சிநேகிதன். ஹௌத்ஹௌத் பறவைய தூது அனுப்புனாப்புல அவனுக்கு துப்புக்குடுக்கறது இந்தப் பூனதான்."

"எங்க கொட்டத்துல ஒரு நாளக்கி வசமா மாட்டுனா போட்டுத் தள்ளீருவேங்…"

"டே… சும்மா நிறுத்துடா. ஓங் கொறவளியக் கடிச்சிறப்போவுது…"

ஈசாக் பயந்தே போனான். அவனின் கை அனிச்சையாகக் கழுத்தைத் தடவிக் கொண்டது. ஒருவழியாக பாத்துமாவிடம் சம்மதம் வாங்கிவிட்ட திருப்தியில் ஈசாக் புறப்பட்டுப் போனான்.

செக்கச் சிவீர்னு நெடுநெடுன்னு வளந்து மலைக்கிப் போயி சம்பாதிக்கிற மாப்பிள்ளையை ருக்கியா மறந்தே போனாள். பித்துலெப்பை வம்சாவழியில் வந்த ஈசாக்கின் தம்பி பதுருதீனுக்குத்தான் அவள் கடைசியில் வாழ்க்கைப் பட்டது.

9

வானம் இருள் படர்ந்து கறுத்துக் கிடந்தது. அடிக்கொரு தடவை இடி இடித்து மின்னல் வெட்டியதால் வலுவாக மழை பெய்யும் வாய்ப்பு இருப்பதைத் தெரிந்துகொண்ட கருத்தலெப்பை அதைப் பொருட்படுத்தாமல் பறத்தெருவை நோக்கி நடந்து கொண்டிருந்தான். அவன் மனதுக்குள் பாவா இறங்கிவிட்டார். அவன் சாம்பான் மடத்துக்குப் போவதைக் குறித்து கடைவீதியில் எப்போதும் போல கிண்டலும் பேச்சும் இருக்கிறது.

பாவாவைப் பார்ப்பதும் பேசுவதும் அவனுக்குள் ரம்மியமான மனநிலையைக் கிளறி விடுவதுண்டு. லேசாகத் தத்துவங்களைப் பேசியும் பாடியும் பாவா அவனைப் பரவசப்படுத்தி விடுவார். பிறகு நேரும் மயக்கநிலை அற்புதமானது. பலவிதமான கனவுப் படிமங்களை அவனுக்குள் காட்டி அந்தரங்கத்தில் மிதக்க வைப்பது; காதல் கொள்ளத்தூண்டுவது.

பாவாவுக்கு அப்படி ஒரு சக்தி. இவன் எந்த மனநிலையில் சென்றாலும் கண்டுபிடித்து விடுவார். பல நேரங்களில் பற்றற்ற சூஃபியைப் போல பேசுவார். எப்போதேனும் அஷ்டாவதானமும் செய்து காட்டி அசத்துவார். கருத்தலெப்பை கண்மூடாமல் அவரையே பார்த்துக் கொண்டிருப்பான். "நஃப்ஸ்ஸை நீ வீட்டுவிடு.." என்று உபதேசிப்பார் "பாவா நஃப்ஸ்ன்னா..." இவன் கேட்பதற்கு முன் "மனம்.. மனஸ்..." என்பார். கோபம், பொறாமை, பேராசை, ஆசாபாசம், இச்சைகள் எல்லாம் கலந்த அழுக்குச் சளி உருண்டை மனஸ். அதுதான் நஃப்ஸ். நஃப்ஸின் விருப்பத்துக்கு நீ போனால் நாயாகி விடுவாய். நாயைத் துரத்தினாலும் நாக்கைத் தொங்கவிடும். துரத்தாமலிருந்தாலும் நாக்கைத் தொங்கவிடும்..." கருத்த லெப்பை கேட்டுக் கொள்வான். பதில் எதுவும் பேசமாட்டான்.

ஜோல்னாப் பையிலிருந்து அவர் சிலும்பியை எடுக்கும் வரை அவனிடம் பேச்சு இருக்காது. அன்றைக்கு அவன் சாம்பான் மடத்துக்குப் போய்ச் சேரும் முன்பே துகள் நிரப்பி தீக்கொளுத்தி உள்ளிழுக்கத் தொடங்கியிருந்தார். அவரின் மண்டை நரம்புகள் புடைத்து எழுந்து அடங்கின. கண்கள் சிவந்து முகம் ஞானியின் தேஜஸ்க்கு வந்துவிட்டது. மீண்டும் ஒரு உக்கிரமான இழுப்பு. இம்முறை அவர் கண்களை மூடிக்கொண்டார். எல்லா தாழ்ப்பாள்களும் தானாகத் திறந்து கொள்ளும் அதிசயம். அபூர்வ பாதை. இதுவே அவர் தேடியலைந்த பூர்வ பாதையும்கூட. நடந்துபோய்க் கொண்டிருந்தார். எல்லையற்ற பெருவெளியாக அது மாறிக் காட்சி தந்தது. அந்தப் பயணத்தில் இவர் மட்டும்தான். வேறு எவருமில்லை.

"என்னோடு யாரும் வருவரோ..." அவர் உதடுகள் விரிந்தன. "சாமீ..." பாமரக் குரல் ஒன்றைக் கேட்டுக் கண் திறந்தார். முப்பது வயது மதிக்கத்தக்க தெருவாசி ஒருவன் பக்தியுடன் நின்றான்.

"எனக்குப் புகை வேணும் சாமீ.."

கருத்த லெப்பை அவனை ஆச்சரியத்துடன் கவனித்தான். இத்தனை நாட்களுமில்லாமல் இவன் எங்கிருந்து வந்தான்? "உன் பேரென்ன?" பாவா அழுத்தமாகக் கேட்டார். "சோமன்.." என்றான் வந்தவன். "என்ன?" பாவா மெதுவாக அதிர்ந்து சிலும்பியைக் கீழே வைத்தார். "உண்மையா? உன் பெயர் சோமனா?"

"ஆமாங்க சாமீ.."

அவன் உட்கார்ந்து பயந்த நிலையில் சிலும்பியைக் கவனித்தான். பாவா உள்வாங்கிய புகையில் சிறிதளவும் வெளியேறக் காணோம்.

"இதோ இவனை உனக்குத் தெரியுமா?" கருத்த லெப்பையைக் காட்டி பாவா கேட்டார்.

"பழகியதில்ல சாமீ பாத்திருக்கேன்..."

"உன் பெயரை மறுமுறை சொல்"

"சோமன்.."

கடகடவென சிரிக்கத் தொடங்கினார் பாவா. வெளியில் மழை வலுக்கத் தொடங்கியதும் மடத்துக்குள் சாரல் அடித்தது. பாவாவின் சிரிப்பில் சாம்பான் மடம் அதிர்ந்தது.

"பாவா இவன்..." கருத்த லெப்பை கேட்டான்.

"சோமன். இது சோமம்..." சிலும்பிக்குள்ளிருந்து சாம்பலைக் கொட்டினார்.

"இவன் சோமன். என்ன பொருத்தம். "மீண்டும் ஒரு பரவசச் சிரிப்பை உதிர்த்தார் பாவா. கருத்தலெப்பை எதையோ புரிந்து கொள்ள முயன்றான். சிலும்பியை நிரப்பி சோமனிடம் தந்து "உன் முறை வரும்" என்று கருத்த லெப்பையிடம் உறுதிபடச் சொன்னார். "யஜூர் வேதத்தில் ஸஷ்பம் என்கிற சிறிய செடியைப்பற்றிக் குறிப்பு வரும். மலைப்பிரதேசங்களில் பாறை நிறஞ்ச இடங்களில் பயிராகும் செடி..." பாவா சொல்லத் தொடங்கினார்.

"கஞ்சாவா..." கருத்த லெப்பை ஆவல் மேலிடக் கேட்டான். பாவா மறுப்பேதும் சொல்லாமல் தொடர்ந்தார். சோமன் இரண்டு இழுப்புக்குள் அந்தரத்தில் மிதந்தான். சும்மா கிடந்த சிலும்பியை எடுத்துச் சுவைக்க அவன் வாய் பரபரத்தது. ஆனால் பாவா சொல்லிக் கொண்டிருந்த விஷயம் அதைவிடவும் கிறக்கத்தை உண்டாக்கியது.

"இந்திரன் விஸ்வரூபனைக் கொன்றான். அதனால் விஸ்வரூபிணி மகனாக த்வஷ்டா சோமத்தை திருடினான். இதைத் தெரிந்து கொண்ட இந்திரன் ஓடிப்போய் த்வஷ்டாவின் கையிலிருந்த சோமத்தை தட்டிப் பறித்துக் குடித்தான். போதை இந்திரனின் உடல் முழுக்கப் பரவியது. இந்திர வீரியம் ஒவ்வொரு அங்கங்களின் வழியாகவும் வெளியேறியது கண்களில் ஒளி குன்றியது. மூக்கு வழியாக வீரியம் சோர்ந்து போனது. முகத்தின் சக்தி மறைந்தது. காதுகள் கேட்கும் திறனை இழந்தன. சுக்லம் நஷ்டப்பட்டது. சிறுநீர் வழியாக இந்திரியம் வெளியேறியது. இவ்வாறாக இந்திரன் தன் எதிரியான நழுகியோடு சேர்ந்து சஞ் சரித்தான். ரிக்வேதத்தில் வருகிறது ஐபருல்லாஹ்..."

"நீங்க முஸல்மான்னு தெரிஞ்சிருக்கேன். இந்து வேதங்களைப் பத்தி.."

"முஸல்மான் தெரிந்துகொள்ள நிறையவே விஷயங்கள் இருக்கு. எனக்கு பைபிளும்கூட பாராயணம்."

"சரி பாவா, வேதங்கள் மாதிரி புனித விஷயங்கள்ல இந்த கஞ்சா வோட பங்கு?"

"இது தேவர்களுக்கு நித்திய மூலிகை. கஞ்சா போதையில் கற்பனைகளுக்கு சிறகு முளைத்தது. கடவுள்களுக்கும் தேவர்களுக்கும் பின்னணியில் நம்ப முடியாத சூழ்நிலை உண்டானதற்கு இதன் போதையில் படைக்கப்பட்டதுதான் காரணம்." சோமன் எழுந்து போயிருந்தான்.

"அவனைக் காணோம் பாவா..."

"யாரைக் கேட்கிறாய்." பாவா ஆச்சரியத்துடன் கேட்டார்.

"கொஞ்சம் முன்னால் சோமன் என்று தெருவாசி..."

"இந்தத் தெருவில் சோமன் என்னும் பெயருள்ள எவனுமில்லை. வேண்டுமானால் கேட்டுப்பார்.."

"அப்டின்னா அவன்...?" பாவா சற்று நேரம் நிறுத்தி நிதானமாகச் சொன்னார்.

"நீ தான்!"

"பாவா..." அதிர்ந்து போனான் கருத்தலெப்பை பாவா சிரிக்கத் தொடங்கினார்.

மழை நின்றது.

10

பதுருதீனுக்குப் பசியெடுத்துப் பல நாட்களாயிற்று. அண்ணன் ஈசாக் அவ்வப்போது கொண்டு தருகின்ற பீடிகள்தான் தரையெங்கும் விரவிக்கிடக்கிறது கரித்துகள்களாய். ருக்கையா வைக்கின்ற சோறும் குழம்பும் வீட்டிற்குள் வந்து செல்லும் நாய்களுக்கே இரையாகின்றது. மண்டைத் தினவெடுக்கையில் கொட்டமே அதிர்ந்து விடுமளவு ஓங்கிக் கூச்சலிடுகிறான். பிறகு ஈசாக் அண்ணனின் பிரம்பு பேசத் தொடங்கி விடுகிறது. அதற்கும் தான் வலி தாளாமல் அரற்றுகிறான்.

இந்தப் பெண் கிடந்து கண்ணீர் வடிக்கிறாளே. இவள் யார்? இவளுக்கும் தனக்கும் என்னதான் பிணைப்பு. இது ஏன் சதா சர்வ காலம் தன்னைக் காவல் காக்கிறாற்போலவே கிடக்கிறது. எதுவும் புரியவில்லை அவனுக்கு. ஒவ்வொரு நாளும் கிழமையும் எவர் எவரோ வந்து போகிறார்கள். ஓதி ஓதி ஊதுகிறார்கள் புகையிட்டு மண்டலம் வளர்க்கப்படுகிறது. கயிறுகளையும் தகடுகளையும் மாற்றி மாற்றிக் கட்டி அவிழ்க்கிறார்கள். இதையெல்லாம் உணர்கிறானா தெரியாது.

முன்பெல்லாம் கொட்டத்தை சுற்றிச் சுற்றி வருவான். கால்களுக்குத் தடையிருக்காது. இப்போதோ தொண்டுக் கட்டையைப் பூட்டி வைத்திருக்கிறான் அண்ணன். நடக்கப் பிடிக்கச் சௌகரியமில்லை. ஒருநாள் நள்ளிரவு பள்ளிவாசல் கபர்ஸ்தானுக்குள் அத்துமீறி நுழைந்து விட்டான். ஒவ்வொரு கபுறுக்குழியாய் தோண்ட ஆரம்பித்து கைகளில் எலும்புகளை எடுத்துக்கொண்டு சுற்றி வந்து போட்ட ரகளையில் பூட்டப் பட்டதுதான் இந்த தொண்டுச் சங்கிலி. கடித்துக் கடித்துப் பார்த்து கடைவாய்ப் பற்கள் உதிர்ந்துவிட்டன. தாடை குழி விழுந்துவிட்டது. வந்து பார்க்கின்ற உறவினர்கள் ஏர்வாடிக்கு கொண்டுபோகப் பரிந்துரைக்கிறார்கள். இந்தப் பெண்பிள்ளை விட மாட்டேனென்கிறாள். இவளின் தம்பி வருகிறான். இவனையே வெறிக்கிறான்.

ஈசாக்குடன் சண்டையிட்டு இவளைத் தேற்றுகிறான். கூட வருகின்ற

பூனை வீட்டைச் சுற்றிச் சுற்றி வருகிறது. ஈசாக்கின் அறைக்குள் நுழைந்து சந்து பொந்துகளுக்குள் பாய்ந்து வெளியேறுகிறது

ஈசாக் காமம் ததும்பும் கண்களுடன் இவளைப் பார்க்கிறான். ஒரு சந்தர்ப்பமில்லையென்றாலும் மறுமுறை உடல் சூட்டில் ஒப்புக்கொள்ள மாட்டாளா என்றுதான் காத்திருக்கிறான். அவளுக்குள்ளிருக்கும் உலகில் யாரும் நுழைந்து பார்த்ததில்லை. அவளும் அனுமதித்ததில்லை. தம்பி கருத்த லெப்பையைத் தவிர அவளைப் புரிந்துகொள்ள ஜீவன் கிடையாது. தம்பி தன்மேல் காட்டுவது பாசமா அனுதாபமா இரண்டுமற்ற வேறு உணர்வா. பிறந்த வீட்டிலிருக்கும் போது இந்த கோணத்திலெல்லாம் சிந்திக்க அவளுக்கு விருப்பமிருந்தது. திரும்பத் திரும்ப தனது பால்யத்தை அசை போட்டுப் பார்ப்பதில் ஆனந்தமிருந்தது. இந்த சூனியப் பிரதேசத்துக்குள் கால் பதித்த பிறகு எல்லாம் மரத்துப்போய் விட்டது. ஈசாக் எத்தனை சாமர்த்தியமாக இவளைக் கவர்ந்து வந்து சிறை வைத்துவிட்டான். பிரக்ஞையில்லாத ஜீவனை... எவ்வளவு நுட்பமாக மறைத்து பாத்துமாவை சம்மதிக்க வைத்தான்.

நிக்காஹ்வுக்கு முதல் நாள் ஆசியாம்மா வந்து சொன்னாளே. நம்பினார்களா? அவள் தம்பி கருத்தலெப்பை மட்டும் தான் கடைசிவரை போராடிப் பார்த்தான். பாத்துமா ஆசியாம்மாவிடம் கேட்டாள். இப்படி கருகமணியும் கோர்த்து முடித்த கடைசி நேரத்தில் வந்து சொன்னால்... கருகமணி கோர்த்தால் என்ன குடியா மூழ்கி விடும்? எவனேனும் மொண்டியோ மொடமோ கட்டிக் கொள்கிறேன் என்று இவளால்தான் நினைக்க முடிந்தது. வெளியில் சொல்லத்தான் முடியவில்லை. பாத்துமாவுக்குத் தெரிந்தேதான் மகளைப் பாழுங்கிணறில் தள்ளிவிட்டாள். புத்தி சுவாதீனமில்லாத இவனால் எப்படி மாலையும் கழுத்துமாக அன்றைக்கு மட்டும் மலர்ந்த முகத்துடன் நடைபோட முடிந்தது? பள்ளிவாசலில் வைத்து நிக்காஹ் எழுதியபோது இவனுடைய மண்டைக்கிறுக்கு எப்படி மறைந்து போனது?

அந்த ஊமை இரவை நினைத்தால் எந்தப் பெண்ணுக்குத்தான் சந்தோஷமிருக்கும். ஊதுபத்தி மணக்க பாலும் பழமும் பாவமே என்று பக்கத்திலிருந்தது. வண்ணப் பாயும் தலையணையும் வெறுமையில் எரிந்தன. அர்த்த ராத்திரியில் கதவிடுக்கில் காமம் ததும்பும் இரு கண்கள் அலைந்ததைத் தவிர வேறெதுவும் நடக்கவில்லை. அவன் விட்டத்தை வெறித்துப் பார்த்தானே தவிர அவளை ஏறெடுத்தும் பார்க்கவில்லை.

ஆண்டவன் பார்த்துக்கொள்வான் என்று அவளைத் தேற்றிக் கொண்டிருந்தாள் பாத்துமா.

11

*ரா*வுத்தர் அண்ட் கோவில் கடைநிலை ஊழியம் செய்து வந்த லெப்பைமார்கள் ஏதேதோ காரணங்களால் அல்லது காரணம் எதுவுமில்லாமலேயே வெளியேற்றப்பட்டனர். பெட்டி படுக்கையுடன் அவர்கள் ஊரில் வந்து இறங்கியபோது எதிர்காலம் இருண்டு கிடந்தது. நூர்முஹம்மது பெற்ற ஒன்பது ஓட்டுக்கள்தான் ராவுத்தம்மார் வயிறுகளில் புளியைக் கரைத்திருந்தது. அதிலும் ஒரு ராவுத்தனே துணிச்சலாக லெப்பைக்கு ஓட்டுப்போட்டது பெரும் பீதியைக் கிளப்பி விட்டிருந்தது.

பாத்துமாவின் வாயைக் கிளற ஆர்வங் கொண்டான் கருத்த லெப்பை. பாத்துமா வழக்கம்போல முறுக்குப்பணியில் மும்முரமாயிருந்தாள்.

"எப்பவும் முறுக்குப் புழிஞ்சிட்டு தரையையே பாத்துகிட்டிருக்காதேம்மா. கொஞ்சம் ஊர் நெலவரத்தயும் தெரிஞ்சுக்க. ராவுத்தன் கம்பெனியிலிருந்து லெவமார்களையெல்லாம் கட்டம் கட்டி வெளிய அனுப்பறானுங்க. ஒவ்வொருத்தரா பொட்டி படுக்கையோட ஊருக்கு வந்து எறங்குறது தெரியுமா?"

அதுக்கு என்ன என்பதுபோல பாத்துமா அவனைத் திரும்பிப் பார்த்துவிட்டு கொஞ்சம் கோணலாக விழுந்திருந்த முறுக்கைக் கலைத்துவிட்டுத் திரும்பப் பிழிந்தாள். "போன மச்சான் திரும்பி வந்தார்ன கதையா ஓங்க வீட்டுக்காரரும் வந்துக்கிட்டு இருக்கலாம்." கருத்த லெப்பை கிண்டலாகச் சொன்னான்.

"அம்பாவும் வந்துருவாரா?" அம்மாவிடம் பொங்கி வரும் ஆர்வத்தைக் கடைக்கண்ணில் கவனித்தான்.

"புருஷனப் பலநாள் பிரிஞ்சவளாட்டம்ல கேக்குற"

"ஒனக்கென்ன தெரியும்? கலியாண நாளுலயிருந்து இந்த ஒரு

மாசந்தே நாங்க பிரிஞ்சது. ஏதோ ஒரு வழியில அல்லா எங்கள சேத்து வச்சுருவான்ல."

"ஆமா ரொம்ப முக்கியம். பெத்த புள்ளைய ஒரு நல்லவன் கையில் புடிச்சுக் குடுக்க வக்கில்ல. பித்து லெவக் கொட்டத்துல பைத்தியக்காரியாட்டம் அடச்சு வச்சிருக்கே. நீ எல்லாம் பேச்சு பேசுற போம்மா..." ருக்கையாவை நினைத்துக் கண் கலங்கினான். பாத்துமாவும் மனக் கலவரமடைந்து மறுபடியும் முறுக்கு மரத்தை எடுக்க விருப்பமில்லாமல் மகளை நினைத்து மருகத் தொடங்கினாள். சற்று நேரம் இருவருக்குமிடையில் மௌனம் வீசியது. அந்த மௌனத்தின் ஊஞ்சலில் ருக்கையா தனது பெருவிழி சுழல ஆடினாள்.

"நாசமாப் போனவன். ஒரு குழிச்சலில பேதியில அவனத் தூக்கிக்கொண்டு போக. ஈசாக்கு நாயி நெச நெசமாப் பேசி ஏமாத்திட்டானே. அய்யோ எம் புள்ள கெடந்து சீரழியறாளே. நா என்ன செய்யிவே..." பாத்துமா புலம்பலைத் தொடங்கினாள்.

"ஆமா இப்ப பொழம்பி என்னாகப் போகுது... நிக்காவுக்கு மொத நாள் ஆசியாம்மா வந்து சொன்னாளே அந்த கிறுக்கன் பண்ணுற அட்டாசத்த. பெரிய்ய கருகமணி கோர்த்தாச்சு, காரியம் ஆயாச்சுன்னட்ட..."

"டே கருத்தலெவ நீயாவது புள்ளயப் போயி பாக்குறேன்னு நெனச்சேனே..."

"ஆமா பித்துலெவக் கொட்டத்துக்குள்ள மனுஷன் நொழைவானா..."

"ஆண்டவனே! பித்துலெவ எங்கனாவுல வந்து சொன்னாங்களே. ஒம்புள்ள வீட்டுக்குள்ள நொழுஞ்சா வம்சம் விருத்தி ஆகும்ணு..."

"ஆமாம்மா. பித்து லெவ பெரிய்ய அவுலியா. ஓங்கனாவுல வந்து சொல்றாரு. அந்தாளும் ஒரு கிறுக்கந்தான்..."

"அடேய் மொளத்தாகி அடக்கமான பெரியவங்கள இப்டி பேசக்கூடாதுடா... அடிக்கடி எங்கனாவுல வர்றாங்க.." பாத்துமா அவசரமாகத் தலையில் முக்காடு போட்டுக் கொண்டாள். விசேஷமான பக்தி முகத்தில் அரும்பி நின்றது.

"அடப் போம்மா. பித்துலெவ ஒனக்கு சொந்தக்காரரா இருக்கலாம். ஆனா பித்து லெப்பைன்னு அந்தாளுக்குப் பேரு வரக்காரணம் தெரியுமா?"

தனக்குத் தெரியாது என்பதைப் போல பாத்துமா மகனைப் பார்த்தாள். "சந்துல வீடு கட்டிகுடி போனவன் சந்து லெவ. பொந்து மாதிரி

வீட்டுல இருந்தவன் பொந்து லெவ. பூசணிக்காய் வித்தவன் பூசணி லெவ. காட்டுல குடியிருந்தவன் காட்டு லெவ... அதே மாதிரி பித்துப் புடிச்சு தெருத்தெருவா அலஞ்சவன் தான் பித்துலெவ." பாத்துமா காதைப் பொத்திக்கொண்டு "அஸ்தபிர்லாஹ் அஸ்தபிர்லாஹ்" என்று பாவமன்னிப்புக் கேட்டாள்.

"லெவக் கூட்டத்துல ஒவ்வொரு வகையறாவுக்கும் ஒரு பட்டப்பேரு. அந்தக் காலத்துல ஊருக்குள்ள ஒரு சூஃபி வந்தாராம். வெகு தூரத்துல இருந்து நடந்து வந்ததால அவருக்கு தாகம் எடுத்து கண்ணுல பட்ட அப்துல்லா லெவ வீட்டுக்குப் போயி நடையத் தட்டி குடிக்கத் தண்ணி குடுங்கன்னு கேட்டாங்களாம். சூஃபியோட கோலத்தப்பாத்து அப்துல்லா அவங்களப் பிள்ளை பிடிக்கிறவன்னு தப்பான தகவல் சொல்ல ஊர்க்காரங்க சூஃபிய கட்டி வச்சு அடிச்சாங்கலாம். அடியெல்லாம் வாங்கிக்கிட்ட சூஃபி அதே எடத்துல தொழுது ஆண்டவங்கிட்ட துஆ கேட்டாங்களாம். அப்புறமா திரும்பிப் பாக்காம நடந்து போயிட்டாங்களாம். சூஃபி ஊர் எல்லையத் தாண்டின மறு நிமிஷம் அப்துல்லா லெப்பைக்கி மண்டக் கிறுக்கு ஆரம்பமாயிடிச்சாம். சட்டையக் கிழிச்சுவிட்டு தெருத்தெருவா ஓடியிருக்காரு. அப்பயிருந்து பித்து லெப்பைங்கிற பேரு ஆரம்பிச்சதாம். சூஃபி ஞானியோட சாபம் அப்துல்லா லெப்பைய மட்டுமில்ல அவர் சந்ததியையே தொத்திக்கிச்சு. இன்னம் அந்த வீடு இருளடிச்சி கெடக்கறதுக்கும் அந்த வம்சா வழியில் இருவது வயசுக்குமேல எல்லாரும் சுவாதீனமில்லாம திரியறதுக்கும் இதுதாம்மா காரணம்."

கருத்த லெப்பை கதை சொல்லி முடிக்கவும் வாசலில் நிழலாடவும் சரியாக இருந்தது. இறுக்கமான முகத்துடன் வந்து சேர்ந்த கணவனைப் பார்த்ததும் மகளை மறந்து, முறுக்கையும் மறந்து புன்னகைக்கத் தொடங்கினாள் பாத்துமா.

12

முக்கு முருங்கை மரத்தடியில் அமீது ஈ விரட்டிக் கொண்டிருந்தார். பெரிய தகர டின்னில் கடை விரித்திருந்த அவர் பள்ளிக்கூடப் பிள்ளைகளைக் காணாமல் பெருந்துக்கத்தில் திளைத்தார். அடிக்கடி பெருமூச்சுவிட்டபடி அவர் வானம் பார்ப்பது வழக்கமாகிவிட்டது. உயரப் பறந்து கொண்டிருந்த பருந்துகள் அவருக்கு என்னதான் சேதியைச் சொல்கின்றனவோ தெரியாது. உக்கிரத்தை ஒளித்து வைத்துக்கொண்டு வெயில் மந்தமாகக் காய்ந்தது. முருங்கை மரம் சந்தனப் பொட்டுக்களைப் போன்ற பழுப்பு இலைகளை சரமாரியாக உதிர்த்தது. அமீதுவின் தகரத்தட்டில் வட்டவட்ட ஐவ்வுமிட்டாய் வார்க்கப்பட்டிருந்ததுடன் அரிநெல்லி, மாங்காய் ஊறுகாய் அடைக்கப்பட்ட கண்ணாடி ஜாடிகளும் பனங்கிழக்கு பப்பாளிக் கீற்றுகளும் இருந்தன. கணுக்கள் வெட்டப்பட்ட கரும்புகள் கூறு கட்டி வைக்கப்பட்டிருந்தன. கருத்தலெப்பை காலையில் சாப்பிட்டிருக்காததால் ஈக்களோடு சேர்ந்து இவைகளின் மேல் அடிக்கடி பறந்தான்.

பஸ் நிலையத்திலிருந்து அபுபக்கர் லெப்பை சுமக்க முடியாமல் ட்ரங்க் பெட்டியுடன் வந்து கொண்டிருப்பது தெரிந்தது. கடைசியில் இவரும் ராவுத்தர் அண்ட் கோவிலிருந்து வெளியேறிவிட்டாரா, மனிதர் எத்தனை விசுவாசமாக ஊழியம் பார்த்தவர். காய்கறி மளிகை சாமான் வாங்குவதிலிருந்து கத்தி தீட்டுகிற நாவிதரை, கழுதை ஒட்டும் சலவைக்காரரை அழைத்துக்கொண்டு போய் முதலாளிமார் வீட்டில் நிறுத்துகிறவர். மெய்வருத்தம் பாராமல் உழைத்தவர். மகாசபை தேர்தல் எத்தனை மாற்றங்களை நிகழ்த்திவிட்டது...

மகாசபை உறுப்பினர்களில் லெப்பைகள் ஒரங்கட்டப்பட்டனர். உறுப்பினராவதற்கு அடிப்படைத் தகுதிகளென சில புதிய விதிமுறைகளைக் கொண்டுவந்தார் காரியதரிசி. பத்துக்காணி நிலம்

அது நஞ்சையோ புஞ்சையோ எதுவானாலும் இருக்கலாம். பெரும் நிலக்கிழார் மட்டுமே பள்ளிவாசல் மகாசபைக்கு மெம்பராகலாம். நிலத்துக்கும் இறை இல்லத்துக்கும் என்னடா சம்பந்தம்? வெள்ளைக்காரனின் ஈனப்புத்தியை மிஞ்சி விட்டானடா ராவுத்தன். ஊருக்குள் முணுமுணுப்புக் கிளம்பாமலில்லை. முணுமுணுக்கிற வாய்க்கு எதிர்த்துக் கேட்கத் துப்பில்லை. "இது முழுக்க முழுக்க ராவுத்தர்கள் சேர்ந்து கட்டிய பள்ளிவாசல். லெப்பையோ மீங்காரனோ சொந்தம் கொண்டாட முடியாது." அஹமது கனி கச்சை கட்டி கறுவிக்கொண்டு நிற்கிறார்.

ஒரு வெள்ளிக்கிழமை ஜும் ஆ தொழுகை முடிந்து வீடு திரும்பிக் கொண்டிருந்த நூர் முஹம்மது லெப்பையின் தாடியைப் பிடித்து இழுத்த கிழக்குத் தெரு மீரான் மைதீனால் ஊருக்குள் தொடங்கியது கலகம். நூர் முஹம்மது மகாசபைத் தேர்தலில் நின்ற காரணத்தால் நடுத்தெருவில் அவமானப்பட நேர்ந்தது. கிழக்குத் தெருவின் முரட்டு ஆசாமிகளுக்கு பிரியாணி போட்டுப் பணம் தந்து விலைக்கு வாங்கினார்கள் ராவுத்தர்கள். அடிதடி ரகளைக்காக ஆயக்குடிக்காரர்களும் தருவிக்கப்பட்டிருந்தனர். கடைவீதியில் உலா வந்த லெப்பைகளின் உடம்பில் ரத்தக் காயங்கள். ஊருக்கு ஒதுக்குப் புறமாகவே இருந்து வந்த போலீஸ்காரர்கள் முதன்முதலாக உள்ளே நுழைந்து சில லெப்பை வீட்டுப் பையன்களை கச்சேரிக்கு அழைத்துப் போனார்கள். கருத்தலெப்பை தன் பங்குக்கு ஒரு நாள் லாக் அப்பைப் பார்த்து வந்தான்.

"அபு பக்கர் சாஹெப்.."

அமீதுவின் அழைப்பில் கிண்டல் தொனித்தது. நின்று தயங்கி முருங்கை மரத்தடிக்கு வந்தார் அபுபக்கர். அவருக்குள் போலீஸ் பயம் பெருமளவு இருந்ததை முகம் காட்டியது. பதற்றத்துடனே இருந்த அவரை கருத்தலெப்பை வெறுப்புடன் பார்த்தான். "எல்லாம் கேள்விப்பட்டேன்..." என்றார் அவர். "என்ன அமீது அண்ணே! விசுவாசிகளுக்கு என்ன பயம்?" என்று அவரைச் சீண்டினான் கருத்தலெப்பை. அபுபக்கர் குற்ற உணர்வுடன் அவனைப் பார்த்தார்.

"ஊருக்குள்ள போலீஸ் வந்த மாதிரி பத்திரிகைகாரங்களும் வந்தா நல்லாருக்கும்." முருங்கை மரத்தில் ஒழுகிய பிசினை உருண்டை சேர்த்துக் கொண்டே சொன்னான் கருத்தலெப்பை.

"நீ சொல்றாப்ல பேப்பர்காரனுங்க வந்தா போட்டோ புடிச்சி போடுவாங்க..." ஒரு சிறுவனுக்கு கை நிறைய மாங்காய் ஊறுகாயை ஊற்றியவாறு அமீது சொன்னார். வெகு ரசனையுடன் அதை நக்கியபடி

அவன் நடந்து சென்றான் காரமும் புளிப்புமாக. ஐந்து பைசாவை டப்பாவில் போட்டார் அமீது.

"பேப்பர்காரனுங்க வந்தா ஊர் மானம் போயிடும்."

அபுபக்கர் சொன்னதைக் கேட்டு கைத்தட்டிய கருத்தலெப்பை கிண்டலாகச் சொன்னான்.

"சின்ன மக்காவாச்சே... உலமா பெருமக்கள் பொறந்து வளந்த மண்ணு."

"வாஸ்தவந்தானே யாரு இல்லேங்க முடியும்."

அபுபக்கர் பெட்டியைக் கீழே வைத்தார்.

"எந்த ஊர்ல இந்தக் கொடுமையெல்லாம் நடக்குது. நாயகம் காலத்துல அரபு நாட்டுல நடந்ததெல்லாம் கம்மி..." கருத்த லெப்பை அங்கலாய்த்தான்.

"நீ குறைஷிக் கூட்டத்துல பொறந்து வளந்தவனாட்டம் பேசாத..." அபுபக்கர் சீறினார்.

"நா லெப்பைக் கூட்டத்துல பொறந்தவன்... நீங்க?" கருத்தலெப்பை கேட்டதும் அபுபக்கருக்கு மூக்கு மேல் கோபம் வழிந்தது. "செருப்பு பிஞ்சிடும் நாயே... யாரப் பாத்து என்ன கேள்வி கேட்ட நா அக்மார்க் லெவக் கூட்டமாக்கும். ஒன்னமாதிரியில்ல..." அவன் மேல் பாய்ந்து வந்தார். கருத்தலெப்பை அவரை அதே வேகத்தில் முஷ்டியால் தள்ளிவிட்டான். நிலைகுலைந்து போனார் அபுபக்கர். அமீது பதற்றமாகி "டேய் டேய் வேண்டாம்..." என்று தன் இருப்பை விட்டு எழுந்தார். "பெரிய மனுஷனா இருக்குறியேன்னு விடுறேன் இல்லேன்னா..." கருத்தலெப்பை கொக்கரித்தான். "அபுசாஹெப் விடுங்க, என்ன சின்னப் பையங்கிட்டப் போயி... நீங்க பெரியவங்க... தொப்பியும் தாடியும் வச்சு அஞ்சு நேரம் தொழுகிறவரு... அடடா..." என்றார் அமீது.

"தொங்கோட்டம் ஓடினாப்புல பொட்டியத் தூக்கிட்டு வர்றானுங்க வெக்கங்கெட்டவனுங்க..."

"ஓங்கப்பனுந்தான்டா ஓடியாந்திருக்கான்..."

"அவனையும் சேத்துதான் சொல்றேன். நானாயிருந்தா கொடிபிடிச்சிருப்பேன்..."

"இங்க அதச் செய்யேம் பாப்பம்..."

"கொடி பிடிக்க நெஞ்சு தெகுரியமுள்ள ஆம்பிளங்க வேணும். ஓங்களப் போல விசுவாசிங்கள வச்சுட்டு என்ன செய்ய முடியும்..."

வார்த்தை வழக்கு தொடர்ந்து கொண்டிருக்கவும் அமீது பெட்டியை எடுத்து அபுபக்கர் கையில் தந்து "போங்க சாஹெப்... அஸருக்கு பாங்கு சொல்லியாச்சு. தொழுகைக்கிப் போங்க. எதுக்கு வீணாப் பேசிகிட்டு..." என்று அனுப்பினார். அபுபக்கருக்கு ரத்த அழுத்தம் உயர்ந்திருக்க வேண்டும். மூச்சு வாங்கியபடி ட்ரங்க் பெட்டியுடன் நடைபோட்டார். அமீது சலிப்பாய் கை நீட்டி கருத்த லெப்பையைக் கடிந்து கொண்டார்.

"என்ன... சாம்பா மடம் போயிட்டு வந்து ரகள பண்றியா? அந்த பாவாவ ஒரு நாளக்கி கச்சேரிக்கி இழுத்துட்டுப் போகப் போறாங்க பாரு. கெழக்குத் தெரு எஹசானுல்லா கஞ்சா போட்டு மண்டக் கிறுக்கெடுத்து அலையிறாண்டா... கெணத்துலயோ கொளத்துலயோ விழுந்து செத்தான்னா நாளக்கி நீயும் பாவாவும் பதில் சொல்லியாகணும் தெரிஞ்சுக்க..."

"பாவாவ இழுக்காதீங்க அமீதண்ணே. அவரு ஞானி..."

"ம்... நோனி. போடா. டேய் அபுபக்கர நாந்தானே கூப்புட்டுப் பேசுனேங்... நீ ஏன்டா குறுக்கால நொழஞ்சு பேசுன...?"

"தப்புதாண்ணே. ஆனா ஒண்ணு. ராவுத்தனுங்க கொட்டத்த அடக்க நாள் நெருங்கிடுச்சு..."

"நீ மொதல்ல பித்துலெவக் கொட்டத்த அடக்கி ஓங்க அக்காக்காரிய வாழ வய்யிடா. அப்புறுமா ராவுத்தனுங்க கொட்டத்த அடக்கலாம்...."

இயல்பாகத்தான் மீசையை முறுக்கினார் அமீது. சூழ்நிலைக்கு அது வேறு அர்த்தத்தைத் தந்துவிட கருத்த லெப்பை அதையே உற்றுக் கவனித்தான்.

"ஓங்க எனத்தானப் பேசுனதால கோவம் வருதாண்ணே... மீசைய முறுக்கறீங்க..."

"டேய்... நா ராவுத்தனுமில்ல லெப்பையுமில்ல... ஆள விடுங்கடா. முட்டாய் வித்தாத்தேங் என் வயித்துக்கு கஞ்சி. நானே பொண்டாட்டி ஆகாதுன்னு முருங்கமரத் தாவாரத்துல கெடக்குறேன்... இதப் பாரு இன்னக்கி ஓம் மனசு செரியில்ல யாட்டம் இருக்குது. போயிட்டு நாளக்கி வா..."

கருத்தலெப்பை வேமாக இறங்கி கைலியை உயர்த்திக் கட்டிக்கொண்டு நடந்தான்.

"சின்னப் புள்ளைங்க ஆசையா வாட்சும் மோதிரமு செஞ்சு தரக் கேட்டாக்க, நீ சைத்தானச் செய்யச் சொன்னவனாச்சேடா.

பாதகன்... இபுலீஸ்..." அமீது அவனைப் போகவிட்டு சன்னக் குரலில் முனங்கியவாறு சில்லறைக் காசுகளை எண்ணத் தொடங்கினார். மதரஸா பிள்ளைகள் கும்பலாக வந்து அவரைச் சூழ்ந்து கொண்டனர். மொய்த்துக் கிடந்த எறும்புகள் விலகி பரபரப்பாக ஊர்ந்து வேறு பக்கமாய் நகர்ந்தன.

13

கடை வீதியில் நல்ல கூட்டமிருந்தது. ஜனங்கள் சாவடிப்பக்கம் குழுமி நின்று எதையோ வேடிக்கை பார்த்தனர். பழநியிலிருந்து குரங்காட்டி வந்திருப்பான் என்று நினைத்துக் கொண்டே கந்தன் கடையில் பீடி வாங்கிப் பற்ற வைத்தான் கருத்தலெப்பை. சற்றைக்கெல்லாம் பரிச்சயமான வினோதக் கூச்சல் ஒன்றும், தொடர்ந்து பெண்ணொருத்தியின் விசும்பல் ஒலியும் சேர்ந்து எழும்ப பீடியைத் தூர எறிந்து கூட்டத்தை விலக்கி உள்ளே நுழைந்தான். அங்கே பதுருதீன் அலங்கோலமாக நின்று ஆடிக் கொண்டிருந்தான். ருக்கையா அவன் கையைப் பிடித்து வீட்டுக்கு அழைத்துச் செல்லும் முகமாக நின்றிருந்தாள். கண்கள் சிவந்து கண்ணீர் தாரை தாரையாக வழிந்தது. அதைப்பார்த்த கருத்தலெப்பைக்கு உடனே செத்துவிடலாமெனத் தோன்றியது. கட்டாயமாக நிதானத்தை வரவழைத்துக் கொண்டும் முடியவில்லை. பதுருதீனை நெருங்கி அவன் கன்னத்தில் ஓங்கி ஒரு அறைவிட்டான். கீழே விழுந்து கிடந்த லுங்கி தானாக மேலேறியது. "மச்சானையே அடிக்கிறாம் பாரு." கூட்டத்தில் எவருடைய முனங்கலையோ கேட்டுத் திரும்பி முறைத்தான். கூட்டம் பயந்து அவனுக்கு வழிவிட்டது. ருக்கியாவை இழுத்துக்கொண்டு தன் வீட்டுக்கு வேக வேகமாக நடந்தான்.

பதுருதீன் கன்னத்தைத் தேய்த்தவாறு தரையிலமர்ந்து தன் தலையில் தானே மண்ணை வாரிப் போட்டுக்கொண்டு வானம் பார்த்துச் சிரித்தான். பருந்து ஒன்று தாழ்வாகப் பறந்து விளக்குத் தூணில் அமர்ந்தது.

14

கிச்சுக் கிச்சாண்டி
கீரத் தண்டாண்டி
நட்டு வச்சாண்டி
பட்டுப் போச்சாண்டி
கிச்சுக் கிச்சுக்கிச்சு
கிச்சுக் கிச்சு...

கருத்த லெப்பை அம்மணமாய் நின்று அழுது கொண்டிருக்க கொடிக்கால் மாமு கிச்சுகிச்சு மூட்டி அவனுக்கு சிரிப்பு வரவழைத்தார். ருக்கியா கொப்பி தட்டிச் சிரித்தாள். ஒரு வயதாகும் முன்னரே கருத்தலெப்பைக்கு வீம்பும் பிடிவாதமும். தொடர்ந்து அழுவானே ஒழிய சிரிப்பு வராது. அவனின் அழுகையை நிறுத்த வீடே கிடந்து கஷ்டப்படும். சோறு ஆக்கிக்கொண்டே அகப்பையை அண்டாவில் தட்டி ஓசை எழுப்புவாள் பாத்துமா. அம்பா வாயால் தூத்தி ஊதித் தாளம் போடுவார். கொடிக்கால் மாமு பீடிப்புகையால் வளையமிட்டு வேடிக்கை காட்டுவார். கருத்தலெப்பை கணநேரம் அந்தப் புகை வளையங்களை மட்டும் பார்த்து ரசித்துவிட்டு மீண்டும் அழுகைக்குப் போவான். நீண்ட அழுகையை நிறுத்தும் நோக்கத்துடன் மாமு அவன் குஞ்சாவைப் பிடித்தால் மூத்திரம் பீச்சுவான் முகத்தில். சேச்சே... என்ற மாமு ஒதுங்கவும் கருத்தலெப்பை சிரிக்கத் தொடங்குவான்.

அழுத புள்ள சிரிச்சதாம்
கழுத பால குடிச்சதாம்

ருக்கியா பாட, புரிந்து கொண்டதைப்போல கருத்தலெப்பை தவழ்ந்து வந்து அக்காவை விரட்டுவான். வீடே கலகலப்பாகிவிடும். மாமு கொண்டு வந்த அகத்திக் கீரையை உருவி வேக வைத்து ரசம் எடுத்துக் கொடுப்பாள் பாத்துமா. வெற்றிலைகள் கவுளிக் கணக்கில்

47

வந்திருக்கும். ராதியம்மாவுக்கும் நண்ணியம்மாவுக்கும் தந்ததுபோக தெக்கம்பாக்கும் சுண்ணாம்பும் சேர்த்து குடும்பமே மென்று கொண்டிருக்கும். வெற்றிலைச் சாறு ஒழுகக் கண்ணாடியில் வாய்ச் சிகப்பைக் கண்டு ரசிப்பாள் ருக்கையா. மாமு அவளை மடியில் கிடத்தி "கொமுரிப் புள்ளக்கி எப்புடிச் செவந்திருக்குது பாரு, செக்கச் சிவீர்னு தான்டி ஓனக்குப் புருஷன் வருவான்" என்பார். ருக்கியா அதைக்கேட்டு வெட்கப்படுவாள். கருத்தலெப்பையும் வெற்றிலை கேட்டு ஓரியாடுவான். ருக்கியா தான் மென்றதை எடுத்து தம்பிக்கு ஊட்டுவாள். எச்சிலோடு கலந்து வெற்றிலைச் சிகப்பொழுகும் அவன் வாய்க்கு முத்தம் தர ஆளாளுக்குப் போட்டி போடுவார்கள்.

கொடிக்கால் மாமு வீட்டுக்கு வந்தால் ருக்கியாவுக்குத் தீனிப்பஞ் சமிருக்காது. கம்மங்கதிரும் சோளம் ராகியும் தட்டைப்பயிர் நிலக்கடலையும் நுங்கும் கொடிக்காப் புளியும் இலந்தையும் கிடைக்கும்.

ஊரறியவே சின்னப்பேச்சியை வைத்திருந்தார் மாமு. சின்னப்பேச்சியின் கணவன் கலியன் ஆற்றோடு போன அடுத்த மாதமே மாந்தோப்புத் தகராரில் பைசல் பண்ண ஆளில்லாமல் கொடிக்கால் மாமுவிடம் வந்து நின்றாள் சின்னப் பேச்சி. மாமு அரிவாளைத் தீட்டிக் கொண்டு வந்ததைப் பார்த்ததும் வம்புக்கு வந்த கல்துறைக் குறவர்கள் பேச்சியிடம் மாப்புக் கேட்டு ஆறு தாண்டி மேடேறித் தெறித்தனர்.

"தோப்பும் தொறவுமிருந்து என்ன பிரயோசனம். ஆம்பளைனு ஒருத்தனிருந்தா ஆயிசுக்கும் போதும்." என்று தேம்பித் தீர்த்தாள் சின்னப்பேச்சி. ஆற்றைச் சூழ்ந்திருக்கிற சோழியரோ சாணாரோ அவளுக்கு ஆதரவில்லை. மாமு மேற்குத் தெருவில் மைமூன் பீவியுடன் குடித்தனம் செய்தாலும், அவர் சேவகம் செய்வது ஆற்றை ஒட்டிய வெற்றிலைக் கொடிக்காலில்தான்.

மாமுவுடன் கொடிக்கால் வேலைக்குப் போய் ஒத்தாசைக்கு நின்றாள் சின்னப்பேச்சி. எல்லோரும் ஆறேழு வருஷத்துக்கொரு தடவை அழித்துப் பயிர் செய்தார்களென்றால் மாமு மூன்று வருஷங்களிலேயே முழுக்குப் போட்டு விடுவார். வெற்றிலைக்கு நல்ல நிழல் வேண்டும். அகத்தியும் கல்யாண முருங்கையும் முதலில் பயிர் செய்து வளர்த்துக் கொள்வார் மாமு. அகத்தி நன்றாகத் தழைவிட்டு ஐந்தாறு அடிகள் வளர்ந்ததும் களிப்பசலை மண் பரப்பி நீண்ட சால் வெட்டி நீர் பாய வசதி செய்து கொண்டு "பிஸ்மில்லா" என்று சொல்லி முதல் கொடி நடுவார் மாமு.

இரண்டு நாட்களுக்கு ஒருமுறை தோப்பு வேலையை ஒத்திப்போட்டு கொடிக்காலுக்குத் தண்ணீர் விடுவாள் பேச்சி. நான்கைந்து முறை தழை உரம் போட்டு சாணம் வைத்தபின் ஆசுவாசமாக வரப்பு

மேட்டிலமர்ந்து புகைப்பார் மாமு. நெற்றிவியர்வையைக் கையால் வழித்துத் துடைத்து, அழுக்கு முந்தானையில் முடிந்து கொண்டு வந்த அணில் கடித்த கொய்யாப்பழத்தைத் தந்து மாமுவை வசியப்படுத்தியவள் சின்னப்பேச்சி. கடைக்கால் முடிய மூன்று மாதம். ஆறே மாதங்களில் இளங்கால், வருஷத்தில் பயிர்க்கால். முதல் கொளுந்து பறித்து சின்னப் பேச்சியிடம் கொடுக்க மெய் சிலிர்த்துப் போவாள். "ஏங் ராசா..." என்று புகையிலை ஒழுகும் வாயால் மாமுவின் கரத்துக்கு முத்தம் வைப்பாள். கருத்தலெப்பையையும் ருக்கியாவையும் இடுப்பில் சுமந்து தோப்பு முழுக்க வலம் வந்திருக்கிறாள் பேச்சி.

  சின்னச் சின்ன வெத்திலையாம்.
  செட்டிக் கடை மிட்டாயாம்
  மார்கெட்டு மரிக்கொழுந்தாம் – அதை
  மறக்க மனம் கூடுதில்ல.

கரகரத்த தொண்டையில் மாமுவை எண்ணி இட்டுக் கட்டிப்பாடும் பேச்சியைப் பார்க்க சுகமாயிருக்கும் கருத்தலெப்பைக்கும் ருக்கியாவுக்கும்.

  வெத்தல போட்ட புள்ள
  விறு விறுன்னு போற புள்ள
  நாக்குச் செவந்த புள்ள
  நாந்தான்டி ஒம் புருஷன்
  வாழையடி ஒன் கூந்தல்
  வைரமடி பல்காவி
  ஏழையடி நானுனக்கு
  எறங்கலையோ ஓம் மனசு.

மாமுவும் எதிர்ப்பாட்டு பாடுவாராம். பேச்சி அதையும் தன் குரலில் பாடிக்காட்டுவாள். ருக்கியாவோ கருத்த லெப்பையோ பார்த்ததில்லை. குதூகலமான நேரம் என்றால் மாமு "வானில் முழு மதியைக் கண்டேன், வனத்திலொரு பெண்ணைக் கண்டேன், வான முழு மதியைப் போலே மங்கையவள் வதனம் கண்டேன்..." என்று கவி கா.மு.ஷெரீப்பின் வரிகளைத்தான் பாடுவார்.

ருக்கையாவுக்கும் கருத்தலெப்பைக்கும், சின்னப் பேச்சியும் கொடிக்கால் மாமுவும் காட்டிய உலகம் புதுசு. கருத்தலெப்பை இன்றளவும் சண்முக நதிக்குத் தோழனாயிருப்பது மாமுவின் கைங்கர்யம். பட்டப்பகலைப் போன்ற ஒரு பௌர்ணமி வெளிச்சத்தில் பாம்புகளின் இச்சாவெறியை, ஒன்றைப் பனை முழுக்க விளக்குப் பூத்ததுபோல துரக்கணாங் குருவிக் கூடுகளை, பொன் வண்டுகளை, எலி தன் வங்கிலே சேர்த்து வைத்த அரிசி மணிகளை, எல்லைச் சாமிகளை எல்லாம் காட்டியது அவர்கள்தான்.

"கருணாநிதி தொப்பம்பட்டிக்கி வர்ராறு யாரு பாக்க வர்ரது..." கொடிக்கால் மாமு கேட்டவுடன் கருத்தலெப்பை அவர் தோளில் தொற்றிக் கொண்டான். ருக்கியா கைப்பிடிக்க தொப்பம்பட்டிக்கு ஒரு சாயங்காலத்தில் நடந்து போனதும், மாமு லைன் வீடுகளையும், சட்டப்பாறையையும் காட்டியதும் ஞாபகச் சித்திரங்கள். வழியெல்லாம் மாமு கரகரப்பான குரலெடுத்து பேசிக்கொண்டே வந்தார். கருணாநிதியின் அடுக்குமொழிப் பேச்சைக் கேட்டுவிட்டு நடுஇரவில் ஒரு பெருங்கூட்டமே ஊருக்கு நடந்து வந்தது. ஊளையிட்ட நரியையும் இரவுராணிப் பூக்களையும், துர்தேவதையின் நடமாட்டத்தையும் காட்டிக்கொண்டே வந்தார் மாமு.

"கச்சி கச்சீண்டு இம்புட்டுப்பேரு இருக்கீங்களே... கருணாநிதிய ஒரு நாலு எட்டுத்தான் நம்மூருக்கு கூட்டிக்கிட்டு வரப்புடாதா, மோட்டார்ல தான வந்துருப்பாரு. நாங்களும் பாத்துருப்பம்ல... அவருக்குத் தெரியாதா, ஜுபிடர் சினிமா கம்பெனி கொடி கட்டிப் பறந்தப்ப நம்ம ஊரு எஸ்.கே மைதீன் வீட்டுக்கு வந்து போனவருதான் கருணாநிதி; மறந்து போச்சா..." பாத்துமா வருத்தம் தொனிக்கக் கேட்டாள்.

லெப்பைகளுக்கு தி.மு.க. மோகம் ரத்தத்தில் ஊறிய சங்கதி. ராவுத்தம்மாரும், நாயுடுமாரும், பிள்ளைமாரும் அதிகம் பேர் பழைய காங்கிரஸ்காரர்கள். கருணாநிதியும், எம்.ஜி.ராமச்சந்திரனும் ராசியாக இருந்தவரைக்கும் கொடிக்கால் மாமு தி.மு.க.வில்தான் கிடந்தார். பிறகு கட்சி பேசாமல் மெளனமாகிவிட்டார். 'உலகம் சுற்றும் வாலிபன் படம் வெளியாகிவிட்டால் சேலை கட்டிக் கொள்கிறேன்' என்று மதுரைமுத்து சவால்விட்டார். பழநி ஓம் ஷண்முகாவில் படம் ரிலீஸ். அன்றைக்கு கூட்டம் ரயில்வே டிராக் வரை நின்றது. மதுரைமுத்துக்கு ஊர் இளந்தாரிகள் சேர்ந்து ஒரு கோடம்பாக்கம் சேலையைப் பார்சல் அனுப்பினார்கள். சேலை வாங்க கொடிக்கால் மாமுவும் ஒரு ரூபாய் கொடுத்ததாகக் கடைவீதியில் பேச்சு இருந்தது.

15

அஹமது கனி ராவுத்தர் அந்தப்புரத்திலிருக்கும் மன்னனைப் போன்ற மனோபாவத்துடன் தன் வீட்டு ஊஞ்சலில் ஒருக்களித்துப் படுத்திருந்தார். அருகிலிருந்த மேஜை மேல் நெய்யில் தாளித்த உணவுப் பதார்த்தங்கள் மூடி வைக்கப்பட்டிருந்தன. கறுப்பு நிறக் குல்லாயை ஒரு மூலையில் கழற்றி வைத்திருந்தார். நெற்றியில் சிந்தனை ரேகைகள் சுருங்கி விரிய உதடுகள் ஒருவித மர்மப்புன்னகையைச் சிந்திக் கொண்டிருந்தன. தரையில் கிடந்த பாஸ்ஸிங் ஷோ சிகரெட் பெட்டியில் இருந்த தொப்பிக்காரனின் புன்னகையும்கூட வித்தியாசமாகவே இருந்தது. எதிர்பார்ப்பின் ஆனந்தத்தில் அவர் விரல்கள் தாளமிட்டுக் கொண்டிருந்தன. ஊஞ்சல் மிதமிஞ்சிய மௌனத்தில் அசைந்து கொண்டிருந்தது. அது தானாக அசைவதும் ஆச்சரியம்தான்.

வாசலில் மெல்லிய அரவம் கேட்க அஹமதுகனி சிலிர்த்துக் கொண்டார். அவர் கண்கள் கதவுப்பக்கம் தத்தித் தத்திச் சென்றது. அவர் உடலெங்கும் உற்சாகத்தின் நரம்புகள் புடைத்து எழும்பி அடங்கின. அப்பழுக்கில்லாத முகத் தோற்றத்துடன் ஒரு பனிரெண்டு வயதுப் பையன் உள்ளே எட்டிப் பார்த்தான். "அன்சாரி சும்மா உள்ள வா..." என்றார். அவன் தயங்கித் தயங்கி ஊஞ்சல் அருகில் வந்து வெட்கத்துடன் தரை பார்த்து நின்றான்.

அஹமதுகனி ஊஞ்சலில் இருந்தவாறு அவனைத் தன்பக்கம் இழுத்தார். "ஏய்... இது என்ன பெரிய மனுஷனாட்டம் கைலியெல்லாம் கட்டிக்கிட்டு" என்று கைலியை வெடுக்கென இழுத்தார். ஒரு இளங்கன்றின் வேகப்பாய்ச்சலில் கைலி தரைக்கு வந்தது. உள்ளாடை எதுவுமில்லாத அவன் உடம்பை அஹமது கனி விழுங்குவதைப் போல பார்த்தார். அவனுக்கு முகமெல்லாம் சிவந்து நாணத்தில் சுண்டிப்போனது. கீழே குனிந்து கைலியை இறுக்கமாக கட்டிக் கொண்டான். அஹமதுகனி வாய்விட்டுச் சிரித்தார். பிறகு ஊஞ்சலை

விட்டு இறங்கினார். அவனை நெஞ்சோடு அணைத்துக்கொண்டு பேசத் தொடங்கினார். "பயப்படக் கூடாது. சந்தோஷமா இருந்துட்டுப் போகணும். இங்க பார் கறிபிரியாணி குருமா தாள்ச்சா தயிர் சட்னி எல்லாம் ஒனக்காகத்தே அன்சாரி. நாம இப்ப மெத்தைக்குப் போலாம். அங்க வந்து பாரு. ஒனக்கு ஒண்ணு காட்டுறேன்." அவன் மனம் கமழ்ந்த பிரியாணியை கண்களால் விழுங்கினான். வாயில் ஜலம் ஊறியது. பிரியாணியின் சுவைக்காக மாடிக்கு என்ன மந்தைக்கு அழைத்தாலும் போகலாம் என்றானது அவன் மனம்.

"அம்பா" வாசலில் தீனமாய்க் கேட்டது மோதினார் மைதீனின் குரல். அன்சாரியை அணைத்தவாறு மாடிப்படி ஏறிக் கொண்டிருந்த அஹமதுகனி ராவுத்தருக்கு மோதியின் குரல் உஷ்ணத்தைக் கிளப்பியது.

"யார்ரா.." என்றார் ஆத்திரமாய்.

"மோதி மைதீனுங்கம்பா..." என்றார் தனது ஈனஸ்வரத்தில் மோதினார்.

"என்னடா மவுத்தா விருந்தா..."

"அதெல்லாம் இல்லீம்பா..."

"வேற என்ன சொல்லித் தொலைடா சட்டுனு."

"அம்பா நம்ப நூர்லெவ சாயபுக்கு திடீர்னு நெஞ்சு வலியாம்பா... கம்பவுண்டர் வேற உடுமலப்பேட்டைக்கி போயிருக்காராம்பா. ரவ்வு அவரு வர்றதுக்கு பத்து மணியாகும்ங்கலாம். அவசரமா ஒரு ஊசி போட்டா வலி நின்று போகுமாம். பழநிக்கிப் போகணும். நம்ப வீட்டு பிளாஷர் கெடைச்சா சவுரியமா இருக்கும்னு கேட்டுட்டு வரச் சொன்னாங்க."

நூர்லெப்பை ஒன்பது ஓட்டுப் பார்ட்டி. அஹமது கனிக்கு தீராத நெஞ்சு வலியைக் கொடுத்தவராயிற்றே. கணக்குத் தீர்க்க ஒரு சந்தர்ப்பம் கிடைத்ததில் மகிழ்ந்துபோனார். படியில் நின்று கொண்டே மோதிக்கு உரக்கச் சொன்னார். "ஒரு வாரமா சக்கரம் காத்துப் போயி பிளாஷர் ஷெட்டுலயே கெடக்குதுடா மோதி! ஒரு குதிரை வண்டி வச்சு பழநிக்கி கூட்டிட்டுப் போக வேண்டியதுதான. இல்லீண்டா ஏழுமணிக்கி பஸ்சு வரும்டா... போ... போ... இந்த லெப்பைங்களுக்கு இதே வேலையாப் போச்சுடா அன்சாரி. மாட்டுக்கறியாத் திங்க வேண்டியது. அப்புறமா நெஞ்ச வலிக்கிது குஞ்ச வலிக்கிதுன்டுகிட்டு." எதிரிக்கு நோவு வந்ததில் அதிகம் சந்தோஷப்பட்டு அன்சாரிக்கு முத்தங்களை அள்ளி வழங்கினார். அவன் கன்னத்தைத் தடவிக்கொண்டே பிரியாணிக்காக சகித்தான்.

16

கடைவீதியிலிருந்து ருக்கியாவை இழுத்து வந்த கருத்தலெப்பை கொடிக்கால் மாமுவின் மௌத் சேதியைக் கேட்டு நொறுங்கிப் போனான். ருக்கியாவும் பதுருதீனை மறந்துவிட்டுப் பதற்றமானாள். அவளை என்ன ஏது என்று விசாரிக்காமலேயே அம்பாவும் அம்மாவும் "மேற்க போகலாம். அப்புறமா பேசிக்குவோம்" என்று ஓட்டமும் நடையுமானார்கள்.

கண நேரத்தில் மேற்கு தெரு களேபரமாகிவிட்டது. "செத்தாலும் இந்தாளு மூஞ்சியில முழிக்க மாட்டேன். என்னக்கி கருகமணி கட்டுன குடும்ப ஸ்திரீய விட்டு தோப்புக்காரி கூட சீவனம் பண்ணுனானோ இவன் தீதாருகூட ஆகாது" என்றிருந்த மைமூன் மம்மானி, நெஞ்சுவலி என்று கொடிக்காலிலிருந்து வந்து மாமு வீட்டில் சாய்ந்தவுடன் கொண்டையைப் போட்டுக் கொண்டு புறப்பட்டுவிட்டாள். பஸ் நிலையத்துக்கு பாதி தூரம் கூட போயிருக்க மாட்டாள். தெருவாசிகள் ஓட்டமாய் ஓடிவந்து சொன்னார்கள் மாமுவின் மரணச் சேதியை. கொஞ்சமும் பொருட்படுத்தாமல் பஸ் ஏறிப்போய்விட்டாள். எத்தனை நெஞ்சழுத்தம் என்று எல்லோரும் பேசிக் கொண்டாலும் அதில் ஏதோ நியாயமிருப்பதாகவும் ஒரு சாரார் ஒப்புக் கொண்டனர்.

சலனமற்றுக் கிடந்தது மாமுவின் உடல். சமூகத்தில் இறந்த உடலுக்கு மாலை போடும் வழக்கமெல்லாம் இல்லை. மாமுவுக்கு வெற்றிலையால் ஒரு மாலை போட நினைத்த கருத்தலெப்பைக்கு அழுகை பீறிட்டு வந்தது. ருக்கியாவும் அம்மாவும் உறவுப் பெண்டுகளும் திரைமறைவில் தேம்பிக் கொண்டிருந்தனர். மாமுவுக்கு வாரிசு இல்லை. கருத்த லெப்பையும் ருக்கியாவும்தான் எல்லாமும்.

சின்னப்பேச்சி துக்கம் தாளாமல் மேடேறிச் சாணாரிடம் போய் புளித்த கள்ளைக் கணக்கில்லாமல் குடித்து, அதே வேகத்தில் ஆற்றிலிறங்கி நெஞ்சு நெஞ்சாக அடித்துக் கொண்டாள்.

காட்டுக்கு அந்தப் பக்கம் கருங்
கடலுக்கு இந்தப் பக்கம்
காசிராசா கட்டி வச்ச
காத்தாடி பங்களாவாம்
காசி ராஜா மாண்ட உடனே
காகம் பறந்திருமோ
கரிக்குருவி லாந்திருமோ

பாடி நிறுத்தியவள், ஒருமுறை தன் தோப்பைப் பார்த்தாள். இளநீர் வெட்டுகின்ற பதமான அரிவாள் எடுத்தவள், போதையின் உச்சத்தில் சேலை களைந்து தன் ஒரு மாரை அறுத்துக்கொண்டு கதறினாள். ஆறும் தோப்பும் அந்தப் பக்கம் கொடிக்காலும் ஒரு நிமிடம் அதிர்ந்து அடங்கியது. கேசு கீசு ஆகிப்போகுமா என்று பயந்த சாணான் நால்ரோட்டில் நின்று பிளாஷ் பிடித்து பேச்சியை பழநி பெரியாஸ்பத்திரிக்குக் கொண்டு போனான்.

மாமுவை சந்தாக்கில் தூக்கி நடந்தபோது பின்னால் பெருங்கூட்டம் நடந்து வந்தது கருத்தலெப்பைக்குப் பெருமிதமாக இருந்தது. இந்த ஜனாஸா தொழுகை வரிசையில் அஹமது கனி ராவுத்தரும் நின்றதை எல்லோரும் ஆச்சர்யத்துடன் பேசினார்கள்.

17

மழை நாளில்தான் இவனுக்கு சாம்பான் மடத்து ஞாபகம் வரும். அல்லது சாம்பான் மடத்து ஞாபகம் வரும்போதெல்லாம் மழைபெய்யும். அன்றைக்கும் வானம் மப்புக்கட்டி நின்றது. விசும்பிய காற்றின் தழுவலில் தலைமுடி கலைந்ததைக் கோதியவாறு இட்டேரியில் நடந்து மதகு மேட்டிலமர்ந்து குளம் பார்த்தான். இரண்டு அல்லது மூன்று தடவை பாவாவைப் பார்த்து ஜோதியில் கலந்த அனுபவமிருந்தது. ஆனாலும் எஹஸானுல்லா வந்தால் சங்கோஜமிருக்காது. அவனுக்காகக் காத்திருக்கத் தொடங்கினான்.

பாவா முதன்முதலாக வந்து ஊருக்குள் டேராப்போட்டது பொதுச் சாவடியில் தான். வெளிச்சம் மிக்க பஜாராக இருந்தபடியால் ஒரு பக்கம் ஜன நடமாட்டம். அதைவிடவும் ஊரில் அரசியல் காய்ச்சல் அமோகமாக அடித்துக் கொண்டிருந்த காலம். மைனர்களைப் போல வலம் வந்து கொண்டிருந்த வாலிபப்பட்டாளம் அரசியலுக்கு வந்து மேடைகளில் வாதம் புரியவும், பெரிய பேச்சாளர்கள் வந்து சொற்பொழிவு நிகழ்த்தவுமான சங்கதிகள் நடந்து கொண்டிருந்தது. எல்லா கட்சிக்காரர்களுக்கும் பொதுச்சாவடி தான் திடல். அதன் வடிவமைப்பு வசதியாக இருந்தது. ஐந்தடி உயரத்தில் அகன்ற திண்ணையும் அதைத் தாங்கிய கல்தூண்களும் மேடை என்று பெரிதாக அலங்கரிக்கத் தேவையில்லாத படிக்கட்டுகளும் கட்சிக்காரர்கள் இரண்டு காய்ந்த தென்னங்கீற்றையும் கொண்டு வந்து கட்டி மைக்செட் போட்டு அதிகபட்சம் தோரணம் கட்டினார்களென்றாலே போதும். கூட்டம் ஜாம் ஜாம் என்று நடந்துவிடும்.

அகண்ட மைதானத்தில் சிறுவர்கள் வந்து அமர்ந்து கொள்வார்கள். ஆடவும் ஓடவும் செய்வார்கள். கருத்தலெப்பைக்கு எந்தக் கட்சி கூட்டமென்றாலும் பாடல் கேட்க வேண்டும். பிறகு சிறப்புரைக்காரர்களின் உச்சரிப்பை பாவனைகளை எள்ளலை

55

ஆவேசத்தைக் கண்கொட்டாமல் பார்க்க, கேட்க வேண்டும்.

இவ்வகையான களேபரங்கள் பாவாவுக்கு ஒத்துவரவில்லை. மேலும் இவர் சாவடியில் அமர்ந்து சிலும்பி அடித்தபோது குழுமியிருந்த ஊர்ப் பெரிசுகள் "எவனோ ஒரு பக்கிரிஷா சாவடியில அக்கிரமம் பண்றான். கேட்பாரில்லையா" என்று மணியக்காரரிடம் புகார் செய்யவும் பாவாவுக்கு உஷ்ணம் தலைக்கேறிவிட்டது. தன்னை பக்கிரி என்றவரிடம் தர்க்கத்துக்குப் போய்விட்டார். "பார்வைக்கு பக்கிரியாத்திரியிற எங்க மூதாதைங்களெல்லாம் நாட்டோட சுதந்திரத்துக்கு உழைச்சவங்கன்னு சொன்னா புரியுமா ஓங்களுக்கு? ஹைதர்அலி திப்பு சுல்தானுக்கெல்லாம் வெள்ளைக்காரனப் பத்தி துப்புச் சொன்ன பரம்பரையாக்கும். பிச்சை எடுக்கிற மாதிரி வீட்டுக்கு வீடு போயி டேப்புத் தட்டிப் பாடி தேச பக்தியத் தூண்டுன ஆளுங்கய்யா நாங்க. துச்சமா மதிக்காத போ... போ..." என்று அவர் போட்ட போட்டில் பெரிசுகள் ஆடிப் போய்விட்டனர்.

அரசியல் புழுக்கம் தாங்க முடியாமலும், தன் ஜாகையை மாற்றி மறைவாக வசதியாக சாம்பான் மடம் வந்துவிட்டார் பாவா. நிறைய நிறைய ஓலைச்சுவடிகளை தோல் பைக்குள் பாதுகாத்தார். சாம்பான் மடம் வந்தபிறகு வேண்டுமென்றே ஒரு தடவை சாவடி மைதானத்தில் வைத்து அவர் அஷ்டாவதானம் செய்து காட்டவும் மிரண்டு போய் விட்டார்கள். அன்று முதல் பாவாவை விமர்சிக்கும் வாய்கள் அடங்கிவிட்டன. எஹசானுல்லாவோ கருத்தலெப்பையோ வேறு எவருமோ அவரைத் தேடிப் போய் ஜோதியில் கலந்து வருவதொன்றும் குற்றமாகப்படவில்லை எவருக்கும்.

கருத்தலெப்பை இதையெல்லாம் அசைப்போட்டு முடித்ததும் தூரல் தொடங்கியது. அதனூடாக எஹஸான் தொலைவில் இவனுக்கு கையைக்காட்டி சைகை செய்தான். சமீபமாக எஹசானால் நல்லவிதமாகப் பேச முடியவில்லை. தானாகவே பேசும் திறன் குறைந்து போனது. சரளமாகப் பேசி வந்தவன் ஒரு வார்த்தையைப் பேசவும் நாக்குழறினான். நடவடிக்கைகளும் விசித்திரமாக இருந்தன. திடீரென சிரிப்பது, எவரையேனும் அடித்துவிட்டு ஓடுவது, மௌனமாவது. ருக்கையாவின் கணவனிடம் தொடக்கத்தில் தென்பட்ட அதே விதமான சாயைகள். கருத்தலெப்பைக்கு ஒருவிதமான பயம் மனதில் சுழன்றபடி இருக்கும். எப்போதாவது தானும் பிறழ்ந்து விடக்கூடுமோ என்று. ஆனால் மனதுக்குள் எப்போதுமே அவன் உரையாடிக் கொள்வதுண்டு. "நாம் பித்தப் பெருவெளியில் தானே உழல்கிறோம். பித்து தானே நம் எல்லை. நான் பித்தன் நான் பித்தன்" என்று அவன் ஓலமிடுவான்.

எஹசானுடன் ஜாடையில் பேசிக்கொண்டு சாம்பான் மடம் போனதும்

அவனுக்குக் கண்கள் இருட்டிக் கொண்டு சூழல் மறந்தது. பாவா நிறையப் பேசினார். எதையும் உள்வாங்கிக் கொள்ள முடியவில்லை.

அடிக்கடி சிலும்பி வழங்கப்பட்டது. உள்ளே புகை போன ஒவ்வொரு முறையும் இருண்ட நீள் குகைக்குள் பறந்து செல்லும் பட்சியாகினான்.

மழை சீராகப் பெய்து கொண்டிருந்தது. வீட்டுக்குப் போனால் விபரீதமாகி விடுமெனத் தோன்றிற்று. மின்சாரம் தடைப்பட்டு விளக்குகளும் ஊமையாய் நின்றன. ஏழு மணிக்கே ஜன சந்தடி குறைந்து போனது. காற்றும் மழையுமாய் உடம்பில் நடுக்கமெடுத்தது. வடக்குத் தெருவில் இவன் நடந்தபோது கால்கள் தளர்ந்து தள்ளாடின. எஹசான் இவனைத் தபாலாபீஸ் திண்ணையில் கிடத்தி வேறு எவரிடமோ பொறுப்பை ஒப்படைத்தது மங்கலாகப் புரிந்தது. நல்ல முரட்டுக்கரம். அது இவனின் இடுப்பிலிருந்து ஈரக் கைலியை உருவி எடுப்பதும் தன்னைப் புரட்டிப் போடுவதும் தெரிந்தது. ஆசனவாயில் பெரிய அழுத்தமும் அசைவுமிருந்தது. புரண்டு படுத்து சிரமத்தினூடாக அந்த உருவத்தின் நெஞ்சுக்கு கையைக் கொண்டு சென்றபோது பற்றிக் கொள்ள வாகாகக் கிடைத்தது நீளமான தாடி. தொழுகைக்கும் இபாதத்தான காரியங்களுக்கும் ஏற்ற சுன்னத்தான ரோமங்கள். வியர்வைத்தரம் முனங்கல் ஓசை காட்டிக் கொடுத்துவிட்டது அது போர்ட்டர் குதுபுதீன்...

18

கருணைக் கிழங்கு லேகியத்தின் மகிமை அதை வாங்கிச் சாப்பிட்ட ஒரு வாரத்துக்குள் தெரிந்தது. ஓரளவு மூலத் தொந்தரவிலிருந்து மீண்டுவிட்டான். எதற்கெடுத்தாலும் உடல் உஷ்ணமாகி எதிரில் இருப்பவரிடம் சிடுசிடுப்பது குறைந்திருக்கிறது. காரம் உண்ணாமலிருந் தால், உணவில் குளிர்ச்சியான வஸ்த்துக்களைச் சேர்த்துக்கொண்டால் மலத்துடன் சேர்ந்து ரத்தம் வெளியேறுவதில்லை. ஆனால் கருத்த லெப்பைக்கு மனதளவில் பிரச்சனைகள் ஒவ்வொன்றாகச் சேர்ந்து கொண்டிருந்தன.

ஈசாக் வீட்டுக்கு வந்திருந்தான். முன்பிருந்ததைக் காட்டிலும் தோற்றத்தில் விகாரம். தூக்கமில்லாத கண்கள் யாரையோ தேடிக் கொண்டிருந்தன. அம்மா முறுக்குப் பிழிவதிலிருந்தும் ஒருவார காலம் விடுபட்டிருந்தாள். கொடிக்கால் மாமு தவறியதிலிருந்து அவளுக்கும் உடம்புக்கு முடியவில்லை. வீட்டின் மூலையில் அவளுக்காக ஒரு நிரந்தரமான பாய் விரிபட்டிருந்தது. ருக்கியாவை வீட்டில் வைத்துக் கொண்டிருக்கவும் அவளுக்கு வேதனையாக இருந்தது. அம்பா தொழுகைக்காகப் பள்ளிவாசலுக்குப் போவதும் வருவதுமாக இருந்தார்.

கருத்தலெப்பைக்கும் ஜோலிகளிருந்தன. பழநி பெரியாஸ்பத்திரியில் அறுத்த மார்புக்கு வைத்தியம் பார்த்துவரும் சின்னப் பேச்சியைப் பார்த்து வரவேண்டும் போலிருந்தது. அமீது வேறு கோபத்தில் இருக்கிறார். அன்றைக்கு அவர் மேல் அத்தனை கடிந்து பேசியிருக்க வேண்டாம். அமீதுக்கு ராவுத்தர், லெப்பை என்கிற ஜாதி பேதமெல்லாம் கிடையாது பாவம். இந்த சண்டை சச்சரவு தேவையில்லாதது. காசு பணத்தைக் காரணமாக வைத்து தான் இது நடக்கிறது. எல்லாரும் தாய் பிள்ளைங்களா இருக்கறப்போ காசு வந்து கலகம் பண்ணுது என்பார். ஆனால் கருத்தலெப்பைக்கு அப்படி எல்லாம் தோன்றவில்லை. இது எல்லாம் திட்டமிட்டேதான் நடக்கிறது. குதிரைக்கார ராவுத்தர் உசத்தி.

ஓதிக்கொடுக்கிற லெப்பை கீழ் மட்டம். இன்றைக்கும் ராவுத்தனுக்கு ஒண்ணுண்ணாக்க அஹமது கனியாருக்கு ஆடிப் போகுதே. லெப்பை ஒருத்தன் கஞ்சிக்கி சாகுறான்னா தாய்லி கெடந்து சாகட்டும்னு தான நினைக்கிறார்.

லெப்பை அண்ட் கோ., குறித்த கனவுகள் கருத்தலெப்பை மனதில் விரியத் தொடங்கின. கேரளத்தின் எழில்கொஞ்சும் தென்னை வனங்களுக்கிடையில் சஞ்சரிக்கத் தொடங்கினான். சாம்பான் மடத்துக்குப் போகாமலேயே போதை ஏறத்தொடங்கியது. லெப்பை அண்ட் கோ., அவனின் நீண்ட நாள் கனவு. ராவுத்தர் அண்ட் கோ.,வுக்கு சரியான போட்டி. திருவனந்தபுரம், கொச்சி, கொல்லம், திருர், கள்ளிக்கோட்டை உள்ளிட்ட ஸ்தலங்களில் கயிறு மண்டிகள். வட மாநிலங்களுக்குக் கயிறு பண்டல்கள் ரயில் வேகன்களில் அனுப்பி வைக்கப்படும். ஆர்.ஆர். தபாலில் பார்டிக்குப் போய்ச் சேரும். அல்லது பேங்க் த்ரு. ஹூண்டி கிளியர் செய்து சரக்கை சேட்டு டெலிவரி எடுத்துக்கொள்ள வேண்டியது. மாதத்தில் பதினைந்து வாகன்கள் அனுப்பினால் போதுமானது. அலுவலகங்களை எப்படி அமைப்பது. ஊழியர்களாக பத்தாவது படித்துவிட்டு பாத்திஹா ஓதுவதற்குப் போய் தூங்கி வழிகிற லெப்பைப் பையன்கள், அவர்களுக்கான இருக்கைகள், உணவு, தங்கும் வசதிகள், சம்பளம், பிராவிடன்ட் பண்ட், இ.எஸ்.ஐ. வசதிகள். ஆடர்கள் வாங்கி அனுப்ப வடமாநிலங்களில் சுற்றிச் சுழல இந்தி தெரிந்த பட்டாணிப் பையன்களை சேலம், தர்மபுரி அல்லது ஆம்பூர், வாணியம்பாடியிலிருந்து தேர்வு செய்வது.

இந்தி படிக்க வாய்ப்பு இருந்திருந்தால் அதற்கும் கூட நம்ம லெப்பைப் பையன்களையே அனுப்பி வைக்கலாம். அனுபவித்துப் போகட்டுமே. வாழ்க்கையில் மாட்டு இறைச்சியைத் தவிர எதையும் அனுபவிக்கக் கொடுத்து வைக்காதவர்கள். உள்ளூரிலிருந்து ஈரோடு போய் ஈரோட்டிலிருந்து நான்கு ஐந்து நாட்கள் ரயிலில் இரவும் பகலுமான பயணங்கள். டெல்லியில் இறங்கி பிரம்மிக்கட்டுமே. ஆக்ராவுக்குப் போய் யமுனையின் தீரத்தில் தாஜ்மஹாலைக் கண்டு பரவசிக்கட்டுமே... இதெல்லாம் நம்ம பையன்களுக்குக் கிடைக்காமல் செய்து விட்டார்களே... இந்தி மட்டும் படித்திருந்தால் நாமும்தான் வட மாகாணங்களில் ஒரு ரவுண்டு வந்திருக்கலாம் என்று நினைத்துப் பெருமூச்செறிந்தான் கருத்தலெப்பை.

சாவடி வெறிச்சோடிக் கிடந்தது. தொடர்ந்து அங்கே இருக்கப் பிடிக்காமல் கொடிக்கா தெரு வழியாக தெக்குப் பார்த்து நடந்தான். தொலைவில் ஈசாக் ருக்கையாவை அழைத்துக்கொண்டு நடப்பது தெரிந்தது. அவனுடைய நடையில் பதற்றமிருந்தது. ருக்கையா விருப்பமில்லாமல்தான் செல்லவேண்டும்.

19

ஓடிப்போய் ஈசாக்கைத் தள்ளிவிட்டு ருக்கையாவைக் கரம்பிடித்து வீட்டுக்கு இழுத்துச்செல்ல மனம் விழைந்தது. கைகளில் மெலிதாக நடுக்கமிருந்தது. பல்லைக்கடித்துக் கொண்டான். மனதைக் கட்டுப்படுத்த அவன் பெரிதும் பிரயத்தனப்பட வேண்டியிருந்தது. இடுப்பிலிருந்தும் தளர்ந்த கையையைத் தூக்கி கையில் பற்றி முகத்தை அழுத்தித் துடைத்து பீடி ஒன்றைப் பற்ற வைத்தான். எதிரே பூசணிக்கா லெப்பை தொழுகைக்காக வந்து கொண்டிருந்தார். இவன் எரிச்சலுடன் பீடியை சாக்கடையில் விட்டெறிந்தான். பூசணிக்கா பீடி நாற்றத்தால் முகம் கழித்து இவனை முறைத்துக்கொண்டே போனார்.

"என்ன மொறப்பு. மரியாதை குடுத்தா வாங்கிக்கத் தெரியணும்" என்று இவன் முனங்கினான். தொடர்ந்து நடந்தான்.

நாலு எட்டு வைப்பதற்குப் பின்னால் ஏதோ ஒரு சந்திலிருந்து "மிட்டாய்" என்று அமீதுவின் வெங்கலக்குரல் கேட்டது. கால்கள் அனிச்சையாய் நின்றன. திரும்பிப் பார்த்தான். அமீது மிட்டாய் கம்புடன் பழனை மட சந்திலிருந்து தெக்குப் பக்கமாகத் திரும்பினார். இவனுக்குக் கண்களில் நீர் கோர்த்தது. நெருப்பிலகப்பட்ட கொழுப்பாய் மனசு குழைந்து கரைந்தது.

"நீ வரலஞ்சு தந்த படத்தப் போலவே உருவம் செய்தாச்சு. அதப் பாதுகாக்க நா பெரும்பாடுபட வேண்டியிருக்குது. எவனும் பட்டுன்னு வீட்டுக்குள்ள நொழுஞ்சு இது என்னன்னு கேட்டரன்னா நா என்ன பதில் சொல்லுவேன்? அப்பிடியும் பழக்கார ஜலீல் பார்த்துட்டான். என்ன என்னன்டு கேட்டு வீட்டையே சுத்தி சுத்தி வந்தான். நா சும்மா பொழுது போகலைண்டு பொம்மை செய்யறேன்னு சொல்லிட்டேன். உருவாமால்ல செய்யிறே பாவம்ல இது, இபுலீஷ் வேலைன்டு வாயத் தொறந்துட்டான். குடியானவங்க வீடா இருக்கப் போயி உள்ள நொழையாமப் போயிட்டான். நா ஒன்ன தேடிகிட்டே இருந்தேன்.

கொளத்து வீட்டுக் காரன்ட்ட சொல்லி அனுப்புனேன். நீ மயிறு எனக்கென்னன்டு சாம்பா மடத்துக்குப் போயி கழுந்தடிச்சுர்ர... வீட்டுக்கு வாடகையிங் குடுக்காமக் கெடக்குது..."

பத்து நாரைகள் சேர்ந்து பறப்பதைப் போல அமீது படபடத்து ஓய்ந்தார். உள்பாக்கெட்டில் நான்காக மடித்து வைத்திருந்த நூறு ரூபாய்த்தாளை அமீதுவின் கையில் திணித்து "வாடகையக் குடுத்திருங்கண்ணே. பழக்காரன் வாயத் தொறக்காம நா பாத்துக்கறேன்" என்றான். அமீது கசங்கி எண்ணெய்ப் பற்று பிடித்திருந்த நூறு ரூபாய்த் தாளை முகர்ந்து பார்த்தார். அதில் அரிசி முறுக்கின் ரம்மியமான மணம் எழுந்தது. இவன் அதைக்கண்டும் காணாமல் இருந்தான். "அம்மா காசு தானே" என்றார்.

"அதுதா தெரியிதில்ல..." என்றான் இவன்.

"டேய் கருத்தலெப்பை... எனக்கு மடியில நெருப்பக் கட்டி வச்சாப்ல இருக்குதுடா. நா சும்மா பசங்க புள்ளைங்க மிட்டாய் வாங்கறதுக்காக காக்காவும் குருவியும் செஞ்சு பொழைக்கறேன். என்னப் போயி ஏதேதோ செய்யச் சொல்லிட்டு ரவ்வு படுத்தா தூக்கம் வருலடா. கண்ணுக்கு முன்னாடி அந்த உருவம் வந்து நிக்கிது... நீ அதப் பாத்தேன்னா கண்ணு கூசும். வேண்டாம் எனக்கு இந்த இம்சையெல்லாம். நாம்பாட்டுக்கு முக்கு முருங்கையே கெதின்னு கெடந்துடறேன். என்னியத் தேவையில்லாத விவகாரத்துல நிறுத்திப்புடாத புரியுதா? ஜமாத்துக்கு விஷயம் தெரிஞ்சதுன்னு வை... ஊரே நாறிப்போகும். மவுத்தானாக்கூட பள்ளிவாசல் கபர்ஸ்தான்ல எடம் கெடைக்காது."

கருத்தலெப்பைக்கு அமீதின் மேல் கோபம் வந்தது. அதை வெளிப்படுத்த வழியின்றித் தத்தளித்தான். உள்ளுக்குள் அவனுக்கும்கூட லேசாகக் கிலி பிடித்து ஆட்டியது. திடீரென்று சீதோஷ்ண நிலை மாறியது போலவும், குளிர்காற்று தாக்கியது போலவும் உணர்ந்து மயிர்கூச்செறிந்தான். அமீதுவை அதற்குமேல் அவனால் எதிர்கொள்ள முடியவில்லை. எதுவும் பேசாமல் வெறுமனே தலையாட்டிவிட்டு தட்டுத்தடுமாறி வீட்டை நோக்கி நடந்தான். தெருக்குழந்தைகள் சூழ்ந்து கொள்ள அமீது மிட்டாய்க் கொம்பின் ஐவ்வை இழுத்து சைக்கிளும் குடையும் கடிகாரமும் செய்து தந்தார்.

20

*பா*யை விட்டு எழ இவனுக்கு மனம் வரவில்லை. பாத்துமா முறுக்கு மாவைக் கிளறிக் கொண்டிருந்தாள். கருத்தலெப்பை படுத்துக் கொண்டே சோம்பல் முறிந்தான் சுகமாயிருந்தது. அம்பா ஏதோ அதிசயமாக எழுதிக் கொண்டிருந்தார். மனிதர் காலாகாலத்துக்கும் பேசாமலே இருந்து சாதித்துவிடுவார் போல. எப்படி இவரால் தன் பிள்ளையிடம் கூட பேசாமல் இருக்க முடிகிறதோ. ராவுத்தர் அண்ட் கோவிலிருந்து வந்த நாள் முதல் அம்மாவிடமும் சரியான பேச்சு இல்லை. பாத்திஹா ஓதுபவர்களிடமாவது எதுவும் பேசிக்கொள்வாரா தெரியவில்லை. எப்படியும் பீடி, டீ செலவு போக தினமும் பத்து இருபது அம்மா கையில் தந்து விடுகிறார். எல்லாம் மௌலூதும் யாசீனும் ஓதிக்கிடைக்கின்ற வருமானம். காலை நேரத்திலேயே அம்பாவைப் பற்றிய எண்ணங்கள் ஓடிக்கொண்டிருப்பது கருத்த லெப்பைக்கே ஆச்சரியமாக இருந்தது.

பக்கவாட்டிலிருந்த பெரிய ஜன்னல் வழியாக உள்ளே நுழைந்த ஹிட்லர் ஒரே பாய்ச்சலில் இவன் நெஞ்சின் மேல் விறைத்துக்கொண்டு நின்றது. தாறுமாறாக அதைப் பிடித்துக் கொஞ்சினான். அதுவும் சளைக்காமல் ஈடு கொடுத்து விளையாடிது. பாவம் ஹிட்லர்... இதற்கு சரியான கவனிப்பு இல்லை என்று வருத்தப்பட்டான். சமீபமாக இவன் இறைச்சிக் கடைகளுக்குச் செல்லும் வழக்கத்தை நிறுத்திக் கொண்டான். அவ்வாறு இறைச்சி வாங்கி வந்து கொண்டிருந்த நாட்களில் ஹிட்லருக்கு நல்ல வேட்டையிருக்கும். மாட்டிறைச்சிக் கடைகளில் மாட்டின் குடலுடன் கொழுப்பும் சேர்த்து கூறு கட்டி வைத்திருப்பார்கள்.

கூறொன்று கால்கிலோ தேறும். கருத்தலெப்பை இரண்டு கூறுகள் வாங்கி ஹிட்லருக்கு வைத்து விடுவான். ஒரு பிடி பிடித்து ஏப்பம் விட்டு ஹிட்லர் எங்காவது ரகளைக்குக் கிளம்பிவிடும். தான் மாட்டிறைச்சி

வாங்கச் செல்வதை நோட்டம் விடுவதற்கென்றே சாவடியில் ராவுத்தப் பசங்களின் குழு ஒன்று இருந்ததை கருத்தலெப்பை அறிந்திருந்தான். அந்தக்குழுவில் உள்ள இரண்டு பசங்களை சாவடியில் வைத்து நையப்புடைத்தும் இருக்கிறான். ஆனாலும் அவர்களின் கொட்டம் அடங்கவில்லை. ஒருநாள் மாட்டிறைச்சி விற்கும் பச்சைக்கிளி காசீமே பஜாருக்கு அரிவாளைத் தூக்கி வந்து ரகளை செய்து பார்த்தார். அவர்கள் அடங்கிய பாடில்லை. எல்லாம் அஹமது கனி ராவுத்தரிடம் காசு வாங்கிக்கொண்டு கலகம் செய்கிறவர்கள் என்பது கருத்தலெப்பைக்குத் தெரியும். இந்தக் காரணங்களாலேயே இவன் மாட்டிறைச்சி உண்பதை நிறுத்திவிட்டிருந்தான். ஆனாலும் பெயர் மாறிவிடுமா அவ்வளவு சீக்கிரமாக. லெப்பைக் கூட்டமென்றால் மாட்டிறைச்சி உண்பவர்கள் என்பது அடையாளமாகிவிட்டது.

ஹிட்லரும் இவன் தலையணையில் இடம் வேண்டுமெனப் போராடி கடைசியில் ஜெயித்தது. தலையணையில் தலை வைத்து ஜம்மென்று படுத்திருந்த ஹிட்லரை அம்மா கவனித்திருந்தால் ரணகளமாயிருக்கும். ஹிட்லரும், அம்மா வரும்பொழுது பம்பிக் கொண்டு போய்விடும். பல சமயங்களில் அம்மாவின் கரண்டித் தாக்குதல்களில் அகப்பட்டுக் கொள்ளும். தாக்குதல்களுக்குள்ளான பிறகு நின்று யாராயிருந்தாலும் ஒரு முறைப்பு உண்டு. ஹிட்லரிடம் இவனுக்குப் பிடித்த அம்சம் இதுதான். அம்மா என்றால் முறைப்புடன் நிறுத்திக்கொள்ளும். ஈசாக்கிடம் அனேகம் முறை பாய்ந்து அவனை வெலவெலக்க வைத்திருக்கிறது.

படுக்கையில் புரண்டுகொண்டே "அம்மா" என்றான் தீனமான குரலில், "என்ன சாயா வேணுமா" என்று அவள் பதில் கொடுத்தாள். "வேண்டாம் ஒரு சந்தேகம்..." இப்போது அம்மா வரக்கூடுமென உணர்ந்து ஹிட்லர் மெதுவாக ஜன்னலில் ஏறி வெளியே பாய்ந்தது.

"என்ன சந்தேகமாம்..."

"...இந்த... வந்து நாயகத்தக் கனவில் தரிசிக்க ஒரு சூரா ஓதுவாங்களே என்னம்மா அது?"

"...என்னம்மா நா கேட்டுகிட்டே இருக்கேன். பதிலே பேச மாட்டேங்கிறே. உனக்கே தெரியாதோ ராதிம்மான்னா இந்நேரம் டான்னு சொல்லியிருக்கும்..."

"...ம்...ம்... எனக்கும் தெரியும். நானும் தலை நாள்ல லெப்பைக்கிப் புள்ளையாப் பொறந்தவதேங்..."

"ம்.. பின்ன தெரிஞ்சா சொல்ல வேண்டியது தான..."

"... சொல்வேன்டா... அதையெல்லாம்... சொன்னமா மென்னமான்னு இருக்கக்கூடாது ஒலுச் செய்யணும். செய்திட்டு மொறையோட சொல்லணும்..."

கருத்தலெப்பை படுக்கையை விட்டு எழுந்து கொண்டான். பாத்துமா முறுக்குப் பாயிலிருந்து சமையலறைக்கு மாறி நின்றாள். ஹிட்லர் இவனுக்காக வாசலில் காத்திருந்தது.

21

குளக்கரையோர நாணல் குச்சிபோல பதுருதீன் மெலிந்து வளைந்து போயிருந்தான். வவ்வா கொட்டத்துக்குள் நுழைந்தவுடன் கண் மயங்கி மூலையோரம் ஒரு புழுதிப்பொட்டலம் போலச் சுருண்டு கிடந்த அவனருகில் ஒரு கணம் நின்று பெருமூச்செறிந்தாள் ருக்கையா. மரணம் அவனை விருப்பமில்லாமல் சுவைக்கின்ற பதார்த்தத்தைப் போல விழுங்கிக் கொண்டிருக்கிறது. கால் கொப்புளங்களிலிருந்து வழிந்த நிணம் துர்நாற்றத்தை அந்தப் பிராந்தியமெங்கும் பரப்பிக் கொண்டிருந்தது. கடந்த சில நாட்களாக அவன் பசியாறியதற்கான எந்தவிதத் தடயமுமில்லாமலிருந்ததை அவள் கவனிக்கத் தவறவில்லை. மாடியிலிருந்து ஈசாக்கின் புகை மண்டலம் கற்றை கற்றையாக வெளியேறிக் கொண்டிருந்தது.

சற்றைக்கெல்லாம் புளிச்சாறும் சோறும் பிசைந்து தொட்டுக்க பருப்புச் சட்டினியும் வைத்து அவனைத் தூக்கிச் சுவரில் சாய்த்து வைத்து ஊட்டினாள். பசைபோட்டு ஒட்டியதைப் போல இருந்த உதடுகளைப் பிரிக்க அவன் பிரயாசைப்பட்டான். கண்கள் மூடி நிலை தவறிக்கிடந்த அவன் தேகத்தில் ருக்கையாவின் பரிவான விரல்கள் தாய்மையின் வாஞ்சையுடன் ஊர்ந்தன. ஊற்றுக்கண் திறந்து கொண்டது. நான்கு கவளம் சோறு உள்ளிறங்கியதும் பதுருதீனின் ஜீவன் துளிர்த்ததை அவன் கண்களின் மெல்லிய பிரகாசத்தில் உணர்ந்து ஆனந்தித்தாள்.

ஏற்கனவே திட்டமிட்டிருந்ததைப் போலத்தான் எல்லோருக்கும் தோன்றியது.

ருக்கையா பதுருதீன் இருவரின் பயணம். அவனைக் கைத்தாங்கலாகத் தூக்கிநிறுத்தி கையில் கம்பு ஒன்றைத் தந்து இவளும் கக்கத்தில் பொதியுடன் வீதியில் இறங்கிச் சேர்ந்து நடந்தபோது ஊரே திரண்டு வேடிக்கை பார்த்தது. பயணம் பாலசமுத்திரம் கன்னிபீவி தர்காவுக்கு

என்பதை அவள் மனதில் கொண்டிருந்தாள். யாருக்கும் சொல்லவில்லை. கருத்தலெப்பையோ, அவளின் அம்மாவோ அம்பாவோ எவரும் தடுக்கவில்லை. எங்கே என்று கேட்கும் துணிச்சல் எவருக்கும் இல்லை. இலக்கு எதுவென்று தீர்மானிக்காத புறப்பாடு என்றும் தோன்றவில்லை. அவள் போகட்டும் என்றுதான் எல்லோரும் நினைத்தனர். பூமியின் விளிம்பின் மீது ஊர்ந்துசெல்லும் இரண்டு சபிக்கப்பட்ட ஜீவன்களைப் போல அவர்கள் போய்க் கொண்டிருந்தனர்.

ருக்கையாவிடம் தலையில் அடிவாங்கி குருதியில் கிடந்த ஈசாக்கை நீண்ட நேரத்துக்குப் பிறகு கண்டு தண்ணீர் தெளித்து உயிர்ப்பித்தாள் பாத்துமா. அம்பா கம்பவுண்டரைக் கூப்பிட புறப்பட்டுப் போனார். எழுந்து அமர்ந்து சற்றுநேரம் மலங்க மலங்க விழித்தான் ஈசாக். ஒன்றும் துலங்கவில்லை. என்ன நடந்தது என்று கேட்டறிய நாவில் தெம்பில்லை. சைகையும் வரவில்லை. கையும் காலும் கூட ஒத்துழைக்கவில்லை. ஒரு மாதிரியாக சுதாரித்துக்கொண்டு, மறதியின் இறுகப் பூட்டிய கதவைத் திறந்தவுடன் தெறித்தோடினான் பஸ் நிலையத்துக்கு. ருக்கையாவையும் பதுருதீனையும் சுமந்து சென்ற அஞ்சாம் நம்பர் டவுன் பஸ், தும்பலப்பட்டியைத் தாண்டியிருந்தது.

22

சின்னாபிள்ளையின் தோட்டத்து வீடு சரவணபட்டிக்குச் செல்லும் சாலையில் தனித்திருந்தது. தோட்டத்தை விற்ற கையோடு அவர் வீட்டையும் விற்க முடிவு செய்திருந்தார். கிரயத்துக்குத் தோதாக அமையாததால் ஒத்திக்கு விட மனமில்லாமல் வெகு நாளாகப் பூட்டி வைத்திருந்தார். அமீது கேட்டவுடன் ஏன் எதற்கு என்று ஒரு வார்த்தை மிண்டாமல் தொறகுச்சியைக் கையில் கொடுத்துவிட்டார். காரணம் அமீதுவின் மேல் அவருக்கிருந்த அபிமானம்.

சின்னாபிள்ளையின் தோட்டத்து வீடு சுற்றிலும் பசுமை விரிந்து காவலுக்கு சில தென்னை மரங்களும் நூற்றுக்கணக்கில் பனையும் சூழ்ந்து நிற்கும் சொர்க்கம். பால்யம் முதல் கருத்தலெப்பையின் பாதச்சுவடுகள் அழுத்தமாகப் பதிந்த பூமி. சின்னா பிள்ளையின் மகன் பாண்டியும் கருத்தலெப்பையும் ஒரு காலத்தில் கூட்டாளிகள். கருத்தலெப்பைக்கு வயலும் காடும் என்றால், ஆறும் குளமும் என்றால் இஷ்டமான இஷ்டம். தோட்டத்து வீட்டில் வட்டக் கிணறு எப்போதும் வாய்ப்பான நீர் வசதியுடன் வளமாக இருந்தது. ஏழாம் வகுப்பு படிக்கையில் பள்ளிக்கூடத்துக்குப் பெரும்பாலும் மட்டம் போட்டுவிட்டு இருவரும் வட்டக் கிணறில் எருமைகளைப் போல உளறிக்கொண்டிருப்பார்கள். தை பிறந்தால் தோட்டத்தில் விசேஷம் தான். பொங்கலும் கரும்பும் பயிர் பச்சைகளும் கனி காய்களுமாய் தின்று தீர்க்க வாய் போதாது. பாண்டி கருத்தலெப்பையை அழைத்து வந்து விருந்து தருவான். சாயபு வீட்டுப்பையன் என்பதால் 'சாப்டு மாப்ள...' என்று சின்னா பிள்ளை அவனுக்குப் போட்ட இலையில் பொங்கலைக் கொட்டுவார். பாண்டியின் அக்கா முனியம்மா அன்பே உருவானவள். அவளின் கனிவான முகத்தையும் நாகரீகமான பேச்சு பாவனைகளையும் வெகு காலத்துக்கு மறக்க முடியாமல் தவித்திருக்கிறான் கருத்தலெப்பை.

முனியம்மா தெக்கத்தி சீமையில் எவனோ ஒரு முரட்டு ஆசாமிக்கு வாக்கப்பட்டுப் போனாள். ஆறு மாதத்தில் வெள்ளைச் சீலையும் வெறுங்கழுத்துமாய் திரும்பி வந்தாள். கனிவான முகம் வெம்பிப் போச்சு. நாகரீகப் பேச்சு நாராசமாச்சு. தெருவில் வீட்டில் தண்ணீர் எடுக்கப் போகும் கிணற்றடியில் கடை வீதியில் சக பெண்டுகளுடன் வாய்ச்சண்டை. சமயத்தில் கை கலப்பு. புருஷன் மிதமிஞ்சிய போதையில் அலங்காநல்லூரில் மாடு பிடிக்கப் போய் குடல் வெளித்தள்ளி மரித்தான். அவனை மறக்க முடியாமல் குணாம்சம் மாறிப்போன முனியம்மா உள்ளூர்ப் பெட்டிக்கடைகளில் மலிவான விலைக்கு கிடைத்த மதுக்கசாயத்துக்கு அடிமையாகி, கண் பார்வையைப் பறி கொடுத்து, தெருவெல்லாம் அலைந்து திரிந்தாள். குடல் வெந்து படுக்கையில் மலம் தள்ளி, நீர் போய் நீண்ட நாட்கள் கஷ்டப்பட்டுச் செத்தாள். இதைக் கருணைக்கொலையென்றும் ஊரில் பேசிக் கொண்டனர்.

பாண்டி நாண்டுகிட்டு எங்கோ வடநாட்டுப்பக்கம் ஓடிப்போனவன் திரும்பிவரவில்லை. சின்னாபிள்ளையும் அவர் சம்சாரமும் நடைப்பிணமாகக் காலம் தள்ளிக் கொண்டிருக்கின்றனர். வயலை விற்று தோட்டம் விற்று அவர்கள் வீட்டோடு ஜீவனம் செய்கின்றனர்.

வட்டக் கிணறுக்கு வந்து சில நிமிசங்கள் உட்கார்ந்திருந்த கருத்தலெப்பைக்கு எல்லாம் மங்கிய சித்திரங்களாய் மனத்திரையில் தோன்றி மறைந்தன. ருக்கையா அக்காவையும் முனியம்மாவையும் பல சமயங்களில் ஒப்பிட்டுப் பார்த்துக்கொள்வான் கருத்தலெப்பை. இந்தப் பெண்களின் வாழ்க்கையெல்லாம் ஏன் இப்படிச் சிதறிய மத்தாப்புப் பொறிகளைப் போல சீக்கிரமாய் அணைந்து போகிறது. வாழ்வென்னும் பெருங்கடல் என்பதெல்லாம் எத்தனை பொய், யோசித்துப் பார்க்கையில் இது சிற்றாறுதான். இதைக் கடந்து செல்ல இந்தப் பெண்களுக்கு மட்டும் ஏன் இத்தனை துயரம். ஒரு பெரிய கல்லை எடுத்துக் கிணற்றுக்குள் போட்டான். இது எத்தனை பெரிய அதிர்வை ஏற்படுத்தி ஓய்ந்து விடுகிறது. தன்னால் வாழ்க்கையில் ஒரு சிறிய சலனத்தைக் கூட ஏற்படுத்திவிட முடியுமா என்பதில் அவனுக்கு சந்தேகம் தான். கிணற்றை விட்டு அகன்றான். ஒரு கரிச்சான் குஞ்சு பறந்து சென்றதைப் பார்த்தான். முடிந்த வானம் இருட்டிக் கொண்டிருந்தது.

23

தொறகுச்சியைக் கொண்டு தோட்டத்து வீட்டைத் திறந்தான். களிமண் உருவம் கம்பீரமாக நின்றிருந்தது. ராதிம்மா சொல்லச் சொல்ல கருத்தலெப்பை வரைந்திருந்ததை அமீது ஒரு கை தேர்ந்த ஸ்தபதியின் லாவகத்துடன் களிமண் சிலையாக்கி இருந்தார். கருத்தலெப்பைக்கு நெஞ்சு படபடக்கத் தொடங்கியது. இனம் புரியாத பயம் ஆட்கொண்டு தலை கிறுகிறுத்தது. எந்த நேரத்திலும் மழை வரலாம் என்பதற்கான அறிகுறியாகக் குளிர்காற்று வீசியது.

களி மண் சிலையைக் கைகளால் தூக்கிப் பார்த்தான். சுமக்கக் கூடிய அளவு எடையுடன் தானிருந்தது. வீட்டுக்கு வெளியே தோட்டத்தில் கொண்டு வந்து நிறுத்தினான். 'இப்படித்தான் இருப்பாரா' அவர் என்று வியந்தான். தேர்ந்த வர்ணங்களைக் கொண்டு கலை நுட்பத்துடன் இதை நிறைவு செய்திருக்கிற அமீதுவின் கைகளை முத்தமிடத் தோன்றியது அவனுக்கு.

மீண்டும் சிலைக்கு அருகில் நெருங்கி வந்தான். ஒரு மழைத்துளி சிலையின் மேல் விழுந்தது. மறுவினாடி எங்கிருந்தோ வீசப்பட்ட கல் ஒன்று அவன் தலையைப் பதம் பார்த்ததை உணர்ந்தான். தொடர்ந்து பல திக்குகளிலிருந்தும் அவன் மீது கற்கள் வந்து விழுந்த வண்ணமிருந்தன. அவனால் நிலை கொள்ள முடியவில்லை. தலையில் பலமாக விழுந்த அடியில் குருதி வழிந்தது.

மழை வலுக்கத் தொடங்கியது. பிறகு அது பெருமழையாகத் தாண்டவமாடியது. எங்கிருந்து யாரால் இந்தக் கற்கள் வீசப்படுகின்றன என்பதை அவனால் கண்டுகொள்ள முடியவில்லை. ஆனால் கொட்டுகிற மழையை ஊடுறுத்துக் கொண்டு அவன் மீது சரமாரியாகக் கற்கள் அடிப்படைவாதக் கற்கள் விழுந்து கொண்டிருந்தன.

மழையில் சிலை கரைந்துகொண்டிருந்தது.